मराठी व्याकरण परिचय

प्रा. डॉ. राजशेखर हिरेमठ

मेहता पब्लिशिंग हाऊस

Please contact us at **Mehta Publishing House,** Pune 411030.
✆ +91 020-24476924 / 24460313 / Mob. No. 9545000513
Email : production@mehtapublishinghouse.com
Website : www.mehtapublishinghouse.com

MARATHI VYAKARAN PARICHAY by DR. RAJSHEKHAR HIREMATH
मराठी व्याकरण परिचय : प्रा.डॉ. राजशेखर हिरेमठ / संदर्भग्रंथ

Email : author@mehtapublishinghouse.com

प्रकाशक : सुनील अनिल मेहता, मेहता पब्लिशिंग हाऊस,
१९४१, सदाशिव पेठ, माडीवाले कॉलनी, पुणे – ४११०३०.

मुद्रक : ट्रिनिटी अॅकॅडमी फॉर कॉर्पोरेट ट्रेनिंग लिमिटेड

मुखपृष्ठ : चंद्रमोहन कुलकर्णी

प्रकाशनकाल : १९८८ / १९९३ / सुधारित तृतीयावृत्ती : ऑक्टोबर, २०००/
ऑक्टोबर, २००५ / पुनर्मुद्रण : मे, २०१६

किंमत : ₹ १५०

P Book ISBN 9788177660685
E Book ISBN 9789387789890
E Books available on : amazonkindle Apple Books Google Play Books

---

तीर्थरूप आईस,
जिने भाषेचा पहिला उच्चार शिकवला आणि भाषेचा संस्कार केला तिला कृतज्ञतापूर्वक समर्पण

- राजशेखर

भूमिका

मराठी विषय घेणाऱ्या बी.ए. आणि एम.ए. वर्गातील विद्यार्थ्यांना व्याकरण हा विषय रूक्ष व क्लिष्ट वाटतो. परंतु व्याकरण हा भाषेचा पायाभूत व मूलभूत घटक आहे. या विषयावर मराठीच्या मान्यवर अभ्यासकांनी लिहिलेली पुस्तके ही चाळीस, पन्नास वर्षांपूर्वीची असल्याने ती आजच्या विद्यार्थ्यांना अवघड वाटतात. शिवाय ती पुस्तके दुर्मिळ झाली आहेत. गेली पंचवीस वर्षे मी पदवी व पदव्युत्तर वर्गाला हा विषय शिकवित असल्याने माझा या विषयाचा चांगला अभ्यास झाल्याने मी हे पुस्तक लिहायचे ठरविले. या क्षेत्रात मी नवा असूनही अनेक अभ्यासक, प्राध्यापक व विद्यार्थी यांनी माझ्या या पुस्तकाचे इतके मनःपूर्वक स्वागत केले की आता ही तिसरी आवृत्ती निघत आहे.

या पुस्तकात मी मराठीतील प्रमुख व सर्वमान्य व्याकरणकारांच्या मतांची मुद्देसूद चर्चा केली आहे. विचार त्यांचे व स्पष्टीकरण माझे. तथापि काही ठिकाणी मी माझी स्वतंत्र मते मांडली आहेत. त्यामुळे मराठी व्याकरणातील महत्त्वाचे विचार प्राध्यापकांना आणि विद्यार्थ्यांना मार्गदर्शक ठरतील.

माझे हे पुस्तक बी.ए /एम.ए/बी.एड्. वर्गातील विद्यार्थ्यांप्रमाणेच एम.पी.एस.सी./ यु.पी.एस.सी. या स्पर्धात्मक परिक्षेसाठी बसणाऱ्यांनाही उपयोगी पडणारे आहे असे मला आढळून आले आहे, याचा मला आनंद वाटतो.

माझ्या या पुस्तकाची तिसरी आवृत्ती काढण्यास मेहता पब्लिशिंग हाऊस, पुणे या संस्थेचे प्रकाशक श्री. सुनील मेहता यांनी प्रोत्साहन दिले म्हणून मी त्यांचा आणि त्यांचे वडील श्री. अनिल मेहता यांचा अत्यंत ऋणी आहे.

- डॉ. राजशेखर हिरेमठ

अनुक्रमणिका

मराठीची वर्णमाला

भाषा ही ध्वन्यात्मक असते. म्हणजे कोणतीही भाषा ही विशिष्ट ध्वनींची बनलेली असते. ध्वनी हे भाषेचे मूलभूत घटक असतात. मुखावाटे उच्चारल्या जाणाऱ्या व मनातील भावना किंवा विचार व्यक्त करण्यासाठी ज्या ध्वनींची निर्मिती केली जाते तेच ध्वनी भाषेतील ध्वनी समजले जातात. अशा ध्वनींची प्रतीके म्हणून जे लेखाकार वापरले जातात तेच वर्ण होत.

ध्वनी व वर्ण

ध्वनी व वर्ण यांच्यात मूलभूत फरक नाही. फरक आहे तो स्वरूपात. ध्वनी हे केवळ उच्चारक्षम व श्राव्य असतात तर वर्ण हे त्यांची प्रतीके असतात. ही प्रतीके विशिष्ट चिन्हांनी दाखविलेली असतात. एका दृष्टीने वर्ण हे ध्वनींचे मूर्त व लिखित रूप. एखाद्या भाषेत जेवढे ध्वनी असतात, तेवढे वर्णही असतात; परंतु ध्वनी हे जिवंत, प्रवाही म्हणून परिवर्तनशील असतात, तर वर्ण हे स्थिर, काहीसे कृत्रिम व बद्ध असतात. त्यामुळे उच्चारले जाणारे ध्वनी व त्यांचे लिखितरूप असणारे वर्ण यांच्यात विसंवाद निर्माण होतो, उच्चारानुसार लेखन आढळत नाही. उदाहरणार्थ, इंग्लिशमध्ये 'क' या ध्वनीसाठी कधी K तर C कधी हे वर्ण वापरले जातात.

ध्वनी व वर्ण यांच्यात सुसंवाद असला पाहिजे ही गोष्ट खरी असली तरी व्यवहारात मात्र तो सुसंवाद शक्य होत नाही; कारण वर्ण स्थिर असतात, तर ध्वनी (म्हणजे त्यांचे उच्चार) बदलत राहतात. जगातील सर्वच भाषांबाबतीत ही गोष्ट दिसून येते. मराठीत 'अ' हा ध्वनी ऱ्हस्व व दीर्घ असा वापरला जातो; पण ऱ्हस्व, दीर्घ ध्वनींसाठी 'अ' हा एकच वर्ण वापरला जातो. 'च' वर्गातील वर्णांचे उच्चार दंततालव्य व तालव्य या पद्धतीने म्हणजे च, छ, ज, आणि च्य, छ्य, ज्य या पद्धतीने वापरले जातात; परंतु त्या भिन्न ध्वनींसाठी विशिष्ट असा एकच वर्ण आहे.

ध्वनींप्रमाणे वर्ण बदलले पाहिजेत ही गोष्ट खरी असली तरी व्यवहारात तसे घडत नाही; म्हणूनच ध्वनींचा पुनर्विचार करावा लागतो.

मराठीची वर्णमाला

मराठीने आपल्या भाषिक व्यवहारासाठी जी वर्णमाला स्वीकारली आहे ती संस्कृत भाषेतील आहे. मराठीतील ध्वनी संस्कृत → प्राकृत → अपभ्रंश या परंपरेने बदलत आले; परंतु लेखनासाठी मात्र लिपी स्वीकारताना मराठीने संस्कृतची वर्णमाला स्वीकारली; त्यामुळे संस्कृतची वर्णमाला व आजच्या मराठीची ध्वनिव्यवस्था यांच्यात बराचसा विरोध निर्माण झाला आहे. मूळ संस्कृत भाषेत पन्नास वर्ण आहेत. मराठीने त्यात दीर्घ ऌ व ळ या दोन वर्णांची भर घालून ती संख्या बावन्न केली आहे. या वर्णांची संस्कृतच्याच आधारे स्वर व व्यंजन या दोन गटांत विभागणी केली आहे. परंतु प्रा. अरविंद मंगरूळकर यांनी म्हटल्याप्रमाणे, "एका भाषेची वर्णमाला जशीच्या तशी दुसऱ्या भाषेत उत्पन्न होऊ शकत नाही." म्हणूनच मराठीतील मूळ ध्वनी कोणते, त्यांची उच्चारवैशिष्ट्ये कोणती यांचा विचार करावा लागतो आणि कालौघात बदललेल्या ध्वनिउच्चारांचा विचार करून मराठीत कोणते ध्वनी मानावेत व कोणते मानू नयेत, त्याची कारणे कोणती याची मीमांसा करून आजच्या मराठीची ध्वनिसंख्या व ध्वनिव्यवस्था ठरवावी लागते. त्यासाठी प्रथमतः पारंपरिक पद्धतीने जी ध्वनिव्यवस्था मानली गेली आहे तिचा विचार करून नवीन व्यवस्थेची मांडणी करणे उचित होय.

पारंपरिक स्वर व त्यांचे वर्गीकरण

परंपरेने मराठीत १६ स्वर मानण्यात आले आहेत ते असे—

अ, आ, इ, ई, उ, ऊ, ऋ, ॠ, ऌ, ॡ, ए, ऐ, ओ, औ, अं, अः

या सोळा स्वरांचे उच्चार, व्युत्पत्ती व स्वरूप यांच्या आधारे पुढीलप्रमाणे वर्गीकरण करण्यात येते.

अ) उच्चारानुसार प्रकार दोन

१ ऱ्हस्व स्वर : ज्या स्वरांचा उच्चार करण्यास कमीत कमी म्हणजे एक मात्रा (कालमान) लागते ते स्वर होत. ते पाच आहेत— अ, इ, उ, ऋ, ऌ.

२ दीर्घ स्वर : ज्या स्वरांचा उच्चार करण्यास दोन किंवा त्यापेक्षा अधिक मात्रा (कालमान) लागतात ते दीर्घ स्वर होत. ते नऊ आहेत— आ, ई, ऊ, ॠ, ॡ, ए, ऐ, ओ, औ.

ब) व्युत्पत्तीनुसार प्रकार दोन

१. सिद्ध : जे मूळ स्वर आहेत म्हणजे जे स्वतंत्र, स्वयंभू असून ज्यांची इतरांपासून उत्पत्ती झालेली नाही ते स्वर सिद्ध होत. ते पाच आहेत— अ, इ, उ, ऋ, ऌ.

२. साधित : जे स्वर मूळ किंवा सिद्ध स्वरांपासून उत्पन्न झाले आहेत ते साधित स्वर होत. ते पाच आहेत— आ, ई, ऊ, ॠ, ॡ.

आणि दोन भिन्न अशा ऱ्हस्व किंवा सिद्ध स्वरांपासून जे स्वर निर्माण होतात त्यांना 'संस्कृत स्वर' असे म्हणतात. यांचाही साधित स्वरांमध्येच समावेश करणे युक्त ठरते. ते म्हणजे ए, ऐ, ओ, औ. त्यांची व्युत्पत्ती अशी :

ए = अ + इ, ई; ऐ = आ + इ, ई

ओ = अ + उ, ऊ; औ = आ + उ, ऊ.

श्री. मो. के. दामले यांनी संयुक्त स्वरांची अशी व्युत्पत्ती दिली आहे.

क) स्वरूपावरून प्रकार दोन

१. सजातीय : एकाच उच्चारस्थानी समान प्रयत्नाने जे स्वर उत्पन्न होतात ते सजातीय होत. उदाहरणार्थ—

अ – आ; इ – ई; उ – ऊ; ऋ – ॠ; ऌ – ॡ

२. विजातीय : भिन्न उच्चारस्थानी भिन्न प्रयत्नाने जे स्वर उत्पन्न होतात ते विजातीय होत. उदाहरणार्थ–

अ – इ, अ – उ, इ – उ, इ – ए.

ड) अनुनासिक व विसर्ग

स्वरमालेतील शेवटचे दोन स्वर अं व अः या स्वरांना अनुक्रमे बिंदू किंवा अनुनासिक आणि विसर्ग म्हणतात. श्री. मो. के. दामले यांनी त्यांना 'स्वरादि' असे म्हटले आहे; कारण त्यांच्या उच्चारात आद्यस्थानी प्रथम 'अ' येतो नंतर अनुनासिकाचा किंवा विसर्गाचा उच्चार येतो.

इ) उच्चारस्थानानुसार वर्गीकरण

ध्वनींचा उच्चार करताना ध्वनियंत्रातील (मुखातील निरनिराळ्या अवयवांची) ज्या भागांची मदत घेतली जाते त्या निरनिराळ्या भागांना 'स्थाने' म्हणतात. स्वरांच्या उच्चारस्थानांनुसार त्यांचे पुढीलप्रमाणे वर्गीकरण केले जाते :

कंठ्य : कंठस्थानापासून उच्चारले जाणारे स्वर – अ, आ, अः

तालव्य : तालुस्थानापासून उच्चारले जाणारे स्वर – इ, ई.

दंत्य : दंतस्थानापासून उच्चारले जाणारे स्वर – ऌ, ॡ

मूर्धन्य : मूर्धस्थानापासून उच्चारले जाणारे स्वर – ऋ, ॠ

ओष्ठ्य : ओष्ठस्थानापासून उच्चारले जाणारे स्वर – उ, ऊ

कंठतालव्य : कंठ व तालुस्थानापासून उच्चारले जाणारे स्वर – ए, ऐ

कंठौष्ठ्य : कंठ व ओष्ठ स्थानापासून उच्चारले जाणारे स्वर – ओ, औ

अनुनासिक : नासिकास्थानापासून उच्चारला जाणारा स्वर – अं.

अशा प्रकारे विविध दृष्टिकोनातून स्वरांचे वर्गीकरण करून त्यांचे प्रकार मानण्यात आले व परंपरेने हे वर्गीकरण रूढ झाले आहे.

स्वरांचे ध्वनिशास्त्रदृष्ट्या विश्लेषण

परंपरेने रूढ झालेल्या मराठीतील स्वरांचे ध्वनिशास्त्रदृष्ट्या विश्लेषण केले की त्या आधारे आजच्या मराठीत ते मानावेत की नाहीत, मानावयाचे असल्यास कोणते स्वर मानावेत व का हे स्पष्ट होते; शिवाय मराठीतील स्वरांचे स्वरूपही स्पष्ट होते; म्हणून प्रत्येक स्वरांचे विश्लेषण करणे योग्य ठरते. ते पुढीलप्रमाणे–

अ : कंठ्य व ऱ्हस्व स्वर : परंतु शब्दात येताना त्याचे ऱ्हस्व व दीर्घ असे दोन प्रकारचे उच्चार आढळतात. उदाहरणार्थ 'गवत', 'चटकन' या शब्दांतील प्रत्येक व्यंजनात जो स्वर आहे त्याची उच्चारमात्रा कमी अधिक आहे म्हणून 'अ' या स्वराची ऱ्हस्व व दीर्घ अशी दोन रूपे मानवीत असे म्हटले जाते. 'अ' या स्वराला ऱ्हस्वत्व व दीर्घत्व आहे; पण त्यासाठी दोन स्वतंत्र ध्वनी मानण्याची गरज नाही.

आ : हा कंठ्य दीर्घ स्वर परंपरेने 'अ' चा दीर्घ स्वर मानला जातो; परंतु ध्वनिशास्त्रदृष्ट्या ते चुकीचे आहे. 'अ'चा दीर्घ किंवा बराच वेळ उच्चार केल्याने 'आ' चा उच्चार येत नाही. शिवाय 'अ' पेक्षा 'आ'ची उच्चारपद्धती व उच्चारस्थान भिन्न आहे म्हणून 'आ' हा 'अ'चा दीर्घ उच्चार मानणे चूक आहे. 'आ' हा स्वतंत्र स्वर आहे. शब्दांत येताना त्याचेही ऱ्हस्व व दीर्घ असे दोन प्रकारचे उच्चार आढळतात.

इ : हा तालव्य स्वर असून तो स्वतंत्र असा स्वर आहे.

ई : हाही तालव्य स्वर आहे. परंपरेने तो 'इ' या ऱ्हस्व स्वराचा दीर्घ उच्चार मानला आहे. इ व ई या दोन्ही स्वरांची उच्चारस्थाने व उच्चारपद्धती एकच आहे. फरक आहे तो अवधीचा; पण केवळ दीर्घत्व हे ध्वनींना स्वतंत्रत्व देण्यास कारण होत नसल्याने दीर्घ 'ई' हा स्वतंत्र स्वर मानण्याचे कारण नाही.

उ : हा ओष्ठ्य स्वर असून तो स्वतंत्र स्वर आहे.

ऊ : हा ओष्ठ्य स्वर ऱ्हस्व 'उ'चा दीर्घ उच्चार आहे. ऱ्हस्व उ आणि

दीर्घ ऊ यांची उच्चारस्थाने व उच्चारपद्धती एकच असल्याने 'ऊ' हा स्वतंत्र स्वर मानण्याचे कारण नाही.

ऋ : हा मूर्धन्य स्वर एक स्वतंत्र स्वर आहे; परंतु स्वरासारखा त्याचा प्रवाही उच्चार होत नाही. बराच वेळ उच्चार केल्यावर शेवटी 'उ' हा उच्चार जाणवतो. 'र' आणि 'उ' या ध्वनींची त्याच्या उच्चारात छटा आहे; त्यामुळे या ध्वनीत काही प्रमाणात व्यंजनाचा गुणधर्म आढळतो. हा वर्ण मराठीतील संस्कृत तत्सम शब्दांतच अधिक प्रमाणात आढळतो. मराठीत तो स्वतंत्र येण्यापेक्षा रूप बदलून येतो. उदा. ऋण/रीण म्हणून मराठीत 'ऋ' हा मानावा काय आणि मानल्यास त्यास स्वरमालिकेत स्थान द्यावे काय असे प्रश्न उपस्थित होतात. प्रा. अरविंद मंगरूळकरांनी, " 'ऋ'च्या उच्चारणात प्रतिबंध येतो आणि त्याचे उच्चारण प्रवाही स्वरूपाचे राहू शकत नाही, ही स्थिती ऋ – ऌ यांना स्वरसंज्ञा देण्यास अनुकूल नाही; त्यामुळे ऋ – ऌ हे स्वर न ठरता व्यंजने ठरू लागतात." हा घेतलेला आक्षेप मान्य करावा लागतो. म्हणून 'ऋ' हा स्वर नसून मूर्धन्य व्यंजन आहे असे म्हणून व्यंजनगटात त्याचा समावेश करणे योग्य ठरते. परंतु परंपरेमुळे तो स्वरमालेत ठेवायला हरकत नाही.

ॠ : हा मूर्धन्य स्वर ऱ्हस्व 'ऋ'चा दीर्घ उच्चार आहे. तो संस्कृतात आढळतो तसा मराठीत आढळत नाही. जो आढळतो तो संस्कृत सामासिक शब्दात उदा. 'पितॄण.' परंतु श्री. दामले यांनी म्हटल्याप्रमाणे संस्कृतातही हा संधी वैकल्पिक आहे. म्हणजे तो शब्द 'पितृ-ऋण' असा संधिविरहीतही लिहिला जातो. म्हणून मराठीत हा स्वर मानण्याची गरज नाही.

ऌ : ऌ हे दंत्य स्वर मराठीपेक्षा संस्कृतात अधिक आढळतात. ऱ्हस्व 'ऌ'ला दीर्घत्व नाही, पण मराठीने मात्र त्याचे दीर्घ 'ॡ' रूप मानले आहे. मराठीत या ध्वनींचा वापरच होत नसल्याने ऌ व ॡ हे दोन्ही स्वर मराठीत मानण्याची आवश्यकता नाही.

ए, ऐ : हे कंठतालव्य स्वर असून संस्कृतप्रमाणे मराठीतही संयुक्त स्वर मानले जातात. ए हा स्वर अ+इ आणि ऐ हा स्वर आ+ई या स्वरांनी बनले आहेत असे मानले जाते आणि अ, आ, इ, ई या मूळध्वनींना स्थान दिलेले असल्याने ए आणि ऐ हे त्यापासून बनलेले संयुक्त स्वरध्वनी मानू नयेत असे आधुनिक व्याकरणकारांचे म्हणणे आहे. हे मत ध्वनिशास्त्रदृष्ट्या बरोबर असले तरी ए या स्वराबाबत ते लागू होत नाही कारण ऐ या स्वरात आ+इ हे दोन स्वर जाणवतात त्याप्रमाणे ए मध्ये दोन स्वर जाणवत नाहीत. त्याचा स्वतंत्र उच्चार होत असल्याने तो मूलध्वनी आहे. म्हणून ए हा मूळ स्वर मानावा आणि ऐ हा संयुक्त स्वर असल्याने तो मानू नये हे ध्वनिशास्त्रदृष्ट्या योग्य आहे.

ओ, औ : हे कंठौष्ठ्य स्वरही संयुक्त स्वर मानले जातात. ओ हा स्वर अ+उ या स्वरांपासून तर औ हा स्वर आ+ऊ, या स्वरांपासून निर्माण झाले आहेत असे मानले जाते. परंतु औ स्वरात आ+ऊ या दोन स्वरांचा बोध होतो त्याप्रमाणे ओ मध्ये अ+उ या दोन स्वरांचा बोध होत नसल्याने औ हा संयुक्त स्वर, तर ओ हा स्वतंत्र व मूळस्वर मानावा लागतो म्हणून प्रा. मंगळूरकरांनी म्हटल्याप्रमाणे "ए आणि ओ हे स्वतंत्र स्वर होत; परंतु ऐ आणि औ हे स्वर मानण्याची आवश्यकता नाही," असे जे म्हटले आहे ते योग्य आहे.

अं, अः : बिंदू किंवा अनुनासिक असलेला अं आणि विसर्ग असलेला अः हे वर्ण स्वर नाहीत. यांना मूळवर्णात स्थान नाही. त्यांचे उच्चार अम्, अह्, असे आहेत. त्यांच्या आरंभी अ हा स्वर येत असल्याने दामले यांनी त्यांना 'स्वरादि' असे म्हटले आहे. इं, उं, सारखे उच्चार होणारे वर्णही ध्वनी मानावे लागतील. म्हणून अं, अः हे स्वतंत्र ध्वनी नसल्याने ते मानण्याची गरज नाही. त्याऐवजी ं : अशी अनुनासिक व विसर्ग यांची चिन्हे मानावीत.

दोन नवीन स्वर – ॲ, ऑ

प्रा. अरविंद मंगरूळकरांनी पारंपरिक स्वरमालेत ॲ आणि ऑ या दोन नवीन स्वरांचा अंतर्भाव करावा असा एक विचार मांडला आहे. इंग्रजी भाषेच्या संपर्काने व प्रभावाने मराठीत बॅट, हॅट, ऑफिस, बॉल असे अनेक शब्द रूढ झाले असून त्यातील ॲ व ऑ या ध्वनींना व्यक्त करण्यासाठी प्रस्थापित स्वरमालेत वर्ण नाहीत म्हणून या ध्वनींचा मराठीत समावेश केला पाहिजे हे सांगताना त्यांनी म्हटले आहे, "या स्वरमालेत आणखी भर टाकली पाहिजे. ॲ आणि ऑ यांची उच्चारस्थाने पृथक आहेत आणि स्वतंत्र आहेत तसेच ते स्वर आजच्या मराठीत बहुप्रयुक्त आहेत."

प्रा. मंगरूळकरांचा हा नवा व महत्त्वाचा विचार आधुनिक मराठी व्याकरणकारांना मान्य झाला आहे. भाषेत आपण ज्या ध्वनींचा उच्चार करतो, वापर करतो त्यांना स्थान दिले पाहिजे व त्यांची चिन्हे किंवा प्रतीके म्हणजे वर्ण ठरविले पाहिजेत, या दृष्टीने त्यांचे मत योग्य आहे. परंतु या बाबतीत एक शंका उपस्थित करावीशी वाटते की, इंग्रजीतील या ध्वनींना मराठीत स्थान देता येईल का? मराठीतील इतर ध्वनी संस्कृतमधून आणि 'ळ'सारखा ध्वनी द्रविडी भाषेतून आला असला तरी मराठीने त्या ध्वनींना आत्मसात केले असून त्या ध्वनींच्या आधारे आपला भाषिक व्यवहार रूढ केला आहे. इंग्रजीतील ॲ व ऑ हे ध्वनी फक्त इंग्रजी शब्दांतच येतात, त्यापासून मराठीने स्वतःचे शब्द तयार केलेले नाहीत; म्हणून त्या स्वरध्वनींचा मराठीत अंतर्भाव करणे कितपत योग्य ठरेल? अशी एक शंका आहे.

मराठीची स्वरसंख्या

परंपरेने मराठीतील स्वरांची संख्या सोळा मानण्यात आली आहे ती संस्कृतवरून; परंतु कालमानानुसार संस्कृतचे स्वर बदलत मराठीत आले. मराठीची स्वरमाला मराठीप्रमाणे असायला हवी; परंतु ध्वनी मराठीचे व त्यांचे लेखन संस्कृतप्रमाणे हा दृष्टिकोन स्वीकारल्याने उच्चारले जाणारे ध्वनी व लेखनबद्ध झालेली वर्णमाला यांच्यात विसंवाद निर्माण झालेला दिसून येतो. तसेच आजच्या ध्वनिशास्त्राच्या प्रगत अभ्यासामुळेही मराठीतील ध्वनी व ध्वनिसंख्या यांचा पुनर्विचार करावा लागतो. मराठीतील स्वरांचे वर विश्लेषण करताना त्यांचे स्वरूप स्पष्ट केले आहेच. मराठीत किती व कोणते स्वर मानावेत या संबंधाने व्याकरणकारांची पुढीलप्रमाणे मते दिसून येतात :

१. दामले : स्वरसंख्या बारा मानावी. दीर्घ ॠ, दीर्घ ॡ, अं आणि अः हे चार स्वर गाळून उरलेले १२ स्वर मानावेत.

२. श्री विष्णुशास्त्री चिपळूणकर, श्री. म. पां. सबनीस व श्री. ग. ह. केळकर यांनी मात्र अं व अः हे दोन स्वर गाळून उरलेले १४ स्वर मानले आहेत.

३. प्रा. अरविंद मंगरूळकरांनी पारंपरिक स्वरांतील सात व नवे दोन असे नऊ स्वर मानले आहेत व त्यांचा क्रमही बदलला आहे. तो असा—

अ, आ, इ, उ, ऋ, ए, अॅ, ओ, ऑ

४. डॉ. लीला गोविलकर यांनी दीर्घ ॠ, ऌ, ॡ, ऐ, औ, अं, अः हे स्वर गाळून उरलेले नऊ आणि इंग्रजीतून आलेले दोन स्वर मानून एकूण अकरा स्वर मानले आहेत. ते म्हणजे—

अ, आ, इ, ई, उ, ऊ, ऋ, ए, अॅ, ओ, ऑ

मराठीतील व्यंजने

पारंपरिक पद्धतीने मराठीत ३६ व्यंजने मानण्यात आली आहेत. याही बाबतीत मराठीने संस्कृत वर्णमालेचे अनुकरण केले आहे. या व्यंजनांचे उच्चारस्थानानुसार व उच्चारवैशिष्ट्यांनुसार वर्गीकरण करण्यात आले आहे. ते पुढीलप्रमाणे—

कंठ्य	–	क्, ख्, ग्, घ्, ङ
तालव्य	–	च्, छ्, ज्, झ्, ञ
मूर्धन्य	–	ट्, ठ्, ड्, ढ्, ण्
दंत्य	–	त्, थ्, द्, ध्, न्
ओष्ठ्य	–	प्, फ्, ब्, भ्, म्

अंतःस्थ – य्, र्, ल्, व्
उष्म – स्, श्, ष्, ह्
संयुक्त – क्ष्, ज्ञ्
अवर्गीय – ळ् (मूर्धन्य)

स्पर्श-व्यंजनांचे वर्गीकरण

सर्व व्यंजने स्पर्श व स्फोटक आहेत. म्हणजे श्वासावाटे आत घेतलेली हवा बाहेर सोडताना ती जिभेच्या साहाय्याने तोंडात कुठेतरी अडवली जाते व एकदम सोडली जाते. तोंडातील कंठ, तालू, मूर्धा, दंत, ओष्ठ, या भागांशी स्पर्श करून त्यांचा उच्चार केला जातो; म्हणून व्यंजनांना स्पर्श ध्वनी म्हटले जाते आणि त्यांचा एकदम उच्चार होत असल्याने त्यांना स्फोटक ध्वनी असेही म्हटले जाते.

केवळ स्पर्श करून ज्या व्यंजनांचा उच्चार केला जातो त्यांना 'स्पर्श व्यंजने' म्हणतात व ती २५ आहेत. कंठ, तालू, मूर्धा, दंत व ओष्ठ भागांशी स्पर्श करून त्यांचा उच्चार केला जातो. क, च, त, ट, प, या गटांतील व्यंजने स्पर्श व्यंजने म्हणून ओळखली जातात. ती २५ आहेत.

काही व्यंजनांचा उच्चार करताना वागिंद्रियाचे द्वार जरासे उघडे असते, आणि ही व्यंजने – स्पर्श व्यंजने व उष्म व्यंजने ह्यांच्यामध्ये येत असल्याने त्यांना 'अंतःस्थ व्यंजने' असे म्हटले जाते. या व्यंजनांचा उच्चार हा स्वरांच्या उच्चारांशी म्हणजे अ, इ, उ, ऋ, यांच्याशी जवळचाही असल्याने या ध्वनींत स्वर व व्यंजने या दोहोंचेही मिश्रण आढळते. ती व्यंजने अशी – य, र, ल, व.

काही व्यंजनांचा उच्चार करताना वागिंद्रियाचे द्वार जरासे लागलेले असते आणि त्यांचा उच्चार करताना उष्णता निर्माण होते, उच्चार प्रखर होतो म्हणून त्यांना 'उष्म व्यंजने' असे म्हटले जाते. ती व्यंजने अशी– स, श, ष, ह.

ज्या व्यंजनांच्या उच्चारात दोन भिन्न ध्वनी आढळतात, त्यांना 'संयुक्त व्यंजने' म्हटले आहे. ती म्हणजे क्ष आणि ज्ञ.

यातील 'ळ' हा अवर्गीय म्हणजे संस्कृत वर्गीकरणात नसलेला असा ध्वनी व वर्ण आहे. परंतु मराठीत तो रूढ झाल्याने त्याला स्थान दिले आहे. तो अवर्गीय असला तरी मूलतः मूर्धन्य आहे. द्रवीड भाषेतून तो मराठीत आला आहे.

वैशिष्ट्यानुसार वर्गीकरण

मराठीत जी ३६ व्यंजने मानण्यात आली आहेत, त्यांचे त्यांचे उच्चारस्थान, उच्चारपद्धती यांनुसार वर्गीकरण करण्यात आले असून त्यांची वैशिष्ट्ये सांगितली आहेत, त्यावरून स्वरूप स्पष्ट होते.

ज्या ध्वनींचा उच्चार करताना जिभेचा कंठ, तालू, मूर्धा, दंत, ओष्ठ या भागांशी स्पर्श करून, मुखावाटे बाहेर पडणारी हवा किंचित अडवून मग स्फोट केला जातो त्या ध्वनींना 'स्पर्श व्यंजने' असे म्हणतात. ती एकूण २५ आहेत. क, च, त, ट, प या पाच गटांतील प्रत्येकी पाच अशी २५ व्यंजने आहेत.

कठोर व मृदू व्यंजने

या स्पर्श व्यंजनातील काही व्यंजनांच्या उच्चारात फक्त श्वासाचा उपयोग होतो म्हणून त्यांस श्वास किंवा अघोष वर्ण असे म्हणतात. या श्वास वर्णांनाच कठोर व्यंजने असेही म्हणतात. तर काही व्यंजनांच्या उच्चारात श्वासाऐवजी नाद असतो त्यांना नाद किंवा घोष वर्ण असे म्हणतात. यांनाच मृदू व्यंजने असेही म्हणतात.

श्वास, अघोष किंवा कठोर व्यंजने १३ आहेत.

क, ख, च, छ, ट, ठ

त, थ, प, फ, स, श, ष

नाद, घोष किंवा मृदू व्यंजने १४ आहेत.

ग, घ, ज, झ, ड, ढ, द, ध

ब, भ, य, र, ल, व

अल्पप्राण व महाप्राण

या व्यंजनांचे अल्पप्राण व महाप्राण असे आणखी दोन भेद मानले जातात. ज्या व्यंजनांच्या उच्चारात 'ह'कार ध्वनी विशेषेकरून असतो त्यास महाप्राण आणि ज्यात 'ह'कार ध्वनी नसतो त्यांस अल्पप्राण असे म्हणतात. ते पुढीलप्रमाणे—

महाप्राण – ख, घ, छ, झ, ठ, ढ, थ, ध, फ, भ, स, श, ष, ह.

अल्पप्राण – क, ग, ङ, च, ज, ञ, ट, ड, ण, त, द, न, प, ब, म, य, र, ल, व, ळ.

महाप्राण वर्ण १४ आहेत आणि अल्पप्राण वर्ण २० आहेत.

अनुनासिके

मराठी व्यंजनांमध्ये अनुनासिक वर्ण पाच आहेत. ज्या व्यंजनांचा उच्चार नाकातून होतो ती अनुनासिके होत. स्पर्श व्यंजनगटातील शेवटचे वर्ण ही अनुनासिके आहेत. ती म्हणजे –

ङ, ञ, ण, न, म

यातील 'ङ' आणि 'ञ' ही दोन अनुनासिके मराठीत मानण्याची गरज नाही. कारण त्यांचा फारसा व स्वतंत्ररित्या वापर होत नाही. ङ हा वर्ण शब्दाच्या आरंभी

किंवा शेवटी येत नाही. ‘वाङ्मय’ या एका शब्दातच तो स्वतंत्रपणे येतो इतरत्र अनुस्वाराऐवजी तो वापरला जातो. उदा. गंगा – गङ्गा. त्याचप्रमाणे ‘ञ’ हे व्यंजनही शब्दाच्या आरंभी व शेवटी येत नाही. स्वतंत्रपणेही वापरले जात नाही तर अनुस्वाराऐवजी मात्र काही वेळा वापरले जाते. उदा. चंची – चञ्ची, पंच – पञ्चा, म्हणजे ‘ङ’ आणि ‘ञ’ हे अनुनासिक वर्ण स्वतंत्रपणे येत नसल्याने व मराठीत त्यांचा फारसा वापर होत नसल्याने ते मानण्याची आवश्यकता नाही.

ण, न, म ही अनुनासिके मात्र मानावी लागतात. ती स्वतंत्रपणे येतात आणि अनुस्वार म्हणूनही येतात. उदाहरणार्थ – नमन, वण, महान, वन्दन, दण्ड, बिम्ब यातील ‘ण’ हा वर्ण शब्दाच्या आरंभी कधीच येत नाही; न आणि म मात्र शब्दांच्या आरंभी, मध्यभागी व शेवटी कुठेही येतात. या वर्णांच्या साहाय्याने अनेक शब्द तयार झाले आहेत. त्याशिवाय अनुस्वार म्हणूनही त्यांचा उपयोग केला जातो. म्हणून या पाच अनुनासिक वर्णांपैकी ङ आणि ञ गाळून ण, न, म ही तीन अनुनासिके मराठीत मानावीत हे योग्य.

तालव्य व्यंजने

मराठी व्यंजनमालेतील ‘च’ वर्गातील व्यंजनांचे उच्चार दोन प्रकारचे आहेत. त्यांची उच्चारस्थाने दोन आहेत, त्यामुळे ही व्यंजने काही वेळा तालव्य असतात तर काही वेळा दंततालव्य. यांतील तालव्य उच्चार हे संस्कृत–प्राकृतद्वारा मराठीत आले आहेत. उदाहरणार्थ – चंद्र, जन, छत्र, छाया म्हणजे यांचे उच्चार च्य, छ्य, ज्य, झ्य असे आहेत. परंतु या संस्कृत उच्चारांबरोबर मराठीत दंततालव्य उच्चारही आढळतात. हे उच्चार खास मराठीचे आहेत त्यामुळे तद्‌भव व देशी शब्दांत ते अधिक आढळतात. उदाहरणार्थ – चमचा, जाण, चिमणी, चाक, झाड म्हणजे ‘च’ गटातील व्यंजनध्वनी दोन प्रकारे उच्चारले जात असताना त्यांचा लेखाकार म्हणजे वर्ण मात्र एकाच प्रकारचा आहे. म्हणून प्रा. मंगरूळकरांनी म्हटले आहे, “मराठीच्या रूढ लेखनात दंतमूलीयांचा तालव्याहून भेद दाखविण्यास काही साधन नाही. परंतु दंतमूलीय व्यंजनाखाली (हिंदीप्रमाणे) टिंब देऊन हा भेद दाखविणे शक्य आणि संयुक्तिक आहे.” जसे चमचा, जहाज,. असाच विचार पूर्वी दादोबा पांडुरंग यांनीही मांडला होता. ‘च’ गटातील व्यंजनांचे दोन गट मानण्यापेक्षा उच्चारातील भेद दाखविण्यासाठी दंततालव्य व्यंजनाखाली टिंब देऊन तालव्याहून त्यांचे पृथक्‌त्व दाखविणे योग्य होईल. जसे

च, छ, ज, झ, ञ, (तालव्य) च, छ, ज, झ, ञ (दंततालव्य)

अंतःस्थ व्यंजने

य, व, र, ल, ही अंत:स्थ व्यंजने आहेत श्री. दामले यांनी या व्यंजनांना 'ईषत् विवृत्त' असे म्हटले आहे. या व्यंजनांच्या उच्चारांत वागिंद्रियाचे द्वार जरासे उघडे असते आणि ही व्यंजने स्पर्श व्यंजने व उष्म व्यंजने यांच्यामध्ये येत असल्याने त्यांना अंतःस्थ असे म्हटले जाते. तर प्रा. मंचरकरांनी "य – व यांचा उच्चार करताना काही स्वरप्रक्रिया तर काही व्यंजनप्रक्रिया होते. असे म्हंटले आहे. य हे तालव्य आहे. नादयुक्त श्वास बाहेर जाताना अडथळा होतो ते व्यंजन आहे; पण अडथळा संपूर्ण नसून नादयुक्त श्वास जाण्यास वाट आहे म्हणून ते स्वरही आहे. म्हणून 'य' हा अर्धस्वर आहे. 'व' हा ओष्ठ्य असून तोही अर्धस्वर आहे," असे म्हटले आहे. म्हणजे 'य' आणि 'व' या व्यंजनांच्या ठायी स्वरांचा प्रवाहीपणा व व्यंजनांचा स्फोटकपणा हे दोन्ही गुण असल्याने त्यांना अर्धस्वर म्हणावे लागते.

'र' आणि 'ल' या व्यंजनांना द्रववर्ण म्हटले आहे. नादयुक्त श्वास हा प्रवाही स्वरूपाचा असल्याने डॉ. कालेलकरांनी त्यांना द्रववर्ण असे म्हटले आहे. अ, इ, उ, ऋ, ऌ या स्वरांच्या उच्चारस्थानापासूनच य, र, व, ल यांचा उच्चार होत असल्याने त्यांच्यात स्वर व व्यंजने या दोहोंचेही गुणधर्म आहेत; त्यामुळे हे वर्ण शुद्ध व्यंजने नाहीत व त्यांच्यात स्वरांचा नाद आहे म्हणून त्यांना अंतःस्थ किंवा अर्धस्वर असे म्हटले आहे.

उष्म व्यंजने

या व्यंजनांना श्री. दामले यांनी 'ईषत् स्पृष्ट' असे म्हटले आहे. या व्यंजनांच्या उच्चारात वागिंद्रिय जरासे लागलेले (स्पृष्ट) असते आणि उच्चारात उष्ण व प्रखर ध्वनी असतो, एकप्रकारचे घर्षणही असते. ही उष्म व्यंजने चार आहेत, ती म्हणजे – स, श, ष, ह. या वर्णांना डॉ. कालेलकरांनी सीत्कार असे संबोधले आहे. घर्षक व्यंजने असाही एक शब्दप्रयोग आढळतो.

यातील 'श' हा तालव्य, 'स' हा दंत्य आणि 'ष' हा मूर्धन्य ध्वनी आहे. हे व्यंजनध्वनी शब्दाच्या आरंभी, मध्यभागी वा शेवटी कुठेही येतात. क्वचितप्रसंगी श ऐवजी स, ष, ऐवजी स, श, असाही उच्चार केला जातो. उदाहरणार्थ – केश–केस, मराठीत या तिन्ही उष्म व्यंजनांचा स्वतंत्र वापर होत असल्याने ते मानावयास हरकत नाही.

यातील 'ह' हा कंठ्य ध्वनी महत्त्वपूर्ण आहे. प्रा. मंगरूळकरांनी त्याची शास्त्रीय चिकित्सा करताना म्हटले आहे, " 'ह' वर्ण दोन प्रकारचा आहे, अघोष (नादहीन) आणि सघोष (नादयुक्त)... हाच अघोष 'ह' आपल्याला ख, छ, ठ, थ, फ या वर्णांमध्ये दिसतो... मात्र घ, झ, ढ, भ या वर्णांतील 'ह' हा वर्ण सघोष आहे. अघोष

आणि सघोष असा दोन प्रकारचा 'ह' वर्ण मराठी भाषेत अस्तित्वात आहे. अघोष हा श्वासात्मक 'ह' आहे. सघोष 'ह' हा कंठ्य आहे'' म्हणजेच एक कठोर व एक मृदू असे 'ह' ध्वनीचे दोन प्रकारचे उच्चार आहेत. त्यातील भेद दाखविण्यासाठी प्रा. मंगरूळकरांनी ''सघोष 'ह' वर्णाखाली (पोकळ) शून्य घेऊन 'ह' असा व्यक्त करता येईल.'' असे म्हटले आहे.

संयुक्त व्यंजने

मराठी व्यंजनांतील क्ष आणि ज्ञ या व्यंजनांना संयुक्त व्यंजने असे म्हटले आहे; कारण त्यांच्या उच्चारांत स्वतंत्र एक ध्वनी जाणवत नसून दोन भिन्न ध्वनी जाणवतात. त्यामुळे दोन भिन्न ध्वनीच्या मिश्रणातून ही व्यंजने निर्माण झाली आहेत. ते ध्वनी असे –

क्ष = क् + ष् उदा– शिक्षा, परिक्षा

ज्ञ = ज् + ञ किंवा द् + न् + य

यांतील 'क्ष' मधील क + ष् ध्वनींबद्दल वाद नाही पण ज्ञ मध्ये कोणते ध्वनी आहेत याबद्दल मतभेद आहेत. मराठीतील ज्ञ मध्ये द् + न् + य हे ध्वनी नाहीत. तमिळ व हिंदीमध्ये त्यांचा उच्चार 'ग्य' होतो. उदा. ग्यान, ग्यानेश्वर. असा उच्चार मराठीत आढळत नसला तरी ग्रामीण मराठीत काही प्रमाणात आढळतो. 'ग्यानबा' शब्द त्या दृष्टीने महत्त्वपूर्ण आहे. 'ज्ञ' हा संयुक्त वर्ण असला तरी तज्ज्ञ, यज्ञ, या शब्दांमध्ये तो स्पष्ट व स्वतंत्र स्वरूपात आढळत असल्याने तो गाळता येईल का? याबद्दल शंका वाटते. मात्र क्ष आणि ज्ञ ही संयुक्त व्यंजने असल्याने ती वर्णमालेतून गाळावीत असे बहुतेक व्याकरणकारांच मत आहे.

मूर्धन्य 'ळ'

व्यंजनमालेत 'ळ' चे वर्गीकरण अवर्गीय गटात करण्यात आले आहे; कारण संस्कृतमधून घेतलेल्या वर्णमालेत त्यास स्थान नाही. संस्कृतमध्ये 'ळ' नाही, तो द्रवीड भाषेतून (तेलगू किंवा कन्नड) मराठीत आला आहे. संस्कृत शब्दातील 'ल'च्या ठिकाणी मराठीने काही ठिकाणी 'ळ' वापरला आहे. उदा. शाला – शाळा, बाल – बाळ, काल – काळ. म्हणजे संस्कृत 'ल'च्या ठिकाणी 'ळ' वापरला जातो. म्हणून काही व्याकरणकारांच्या मते 'ळ' हा स्वतंत्र ध्वनी मराठीत मानण्याचे कारण नाही असे म्हटले आहे. परंतु ते मत मान्य करता येत नाही. मराठीत 'ळ' हा स्वतंत्र ध्वनी आहे. संस्कृतमधील 'ल'च्या ठिकाणी प्रत्येक ठिकाणी 'ळ' चालतोच असे नाही. त्यामुळे अर्थभिन्नता निर्माण होते. उदा. चाल – चाळ, गाल – गाळ, कल – कळ. या शब्दांत ल आणि ळ स्वतंत्र आहेत. विकल्प म्हणून आले नाहीत. म्हणून 'ळ' हा स्वतंत्र ध्वनी मानावा लागतो.

द्रविडी भाषेतून आलेल्या या ध्वनीला मराठीने आत्मसात केले असून शब्दनिर्मिती केली आहे; म्हणून मराठीत हा स्वतंत्र वर्ण मानणे योग्य व त्याचा उच्चार मूर्धास्थानापासून होतो म्हणून तो मूर्धन्य वर्ण मानावा.

मराठीची व्यंजनसंख्या

मराठीत एकंदरीत ३६ व्यंजने मानण्यात आली असली तरी मराठीतील त्यांच्या अस्तित्वापेक्षा संस्कृतच्या परंपरेचा त्यांना आधार आहे. मराठीने मराठी भाषेतच वापरले जाणारे ध्वनी मानावेत, संस्कृतमधील ध्वनी मानण्याची गरज नाही; म्हणून स्वरांप्रमाणे संस्कृतातून मराठीत आलेल्या काही व्यंजनांना गाळणे योग्य ठरते.

त्या दृष्टीने ङ, ञ, क्ष व ज्ञ ही चार व्यंजने गाळण्यास मराठी व्याकरणकारांची संमती आहे. त्याची कारणमीमांसा वर केली आहेच. म्हणजे मराठीत उरलेली ३२ व्यंजने मानण्यास हरकत नाही.

श्री. दामले यांनी क्ष आणि ज्ञ ही दोन संयुक्त व्यंजने गाळून व्यंजनसंख्या ३४ मानली आहे. विष्णूशास्त्री चिपळूणकर यांनीही हीच ३४ व्यंजने मानली आहेत.

म. पां. सबनीस यांनी परंपरेने मराठीत व्यंजने रूढ झाल्याने ३६ व्यंजने मानावीत असे मत व्यक्त केले आहे.

प्रा. अरविंद मंगरूळकरांनी व्यंजनसंख्या २२ मानली आहे. त्यांनी ङ, ञ, ही दोन अनुनासिके, ख, घ, आदी १० महाप्राण व्यंजने आणि क्ष, ज्ञ, ही संयुक्त व्यंजने अशी १४ व्यंजने गाळून २२ व्यंजने मानली आहेत.

मराठीतील वर्णसंख्या

मराठत परंपरेने ५२ वर्ण मानण्यात आले असून त्यांची स्वर आणि व्यंजने या दोन गटांत विभागणी करण्यात आली आहे. परंपरेने १६ स्वर व ३६ व्यंजने मानण्यात आली परंतु ध्वनिशास्त्रदृष्ट्या त्यांची चिकित्सा केल्यानंतर असे दिसून येते की, बरेचसे स्वर व व्यंजने मराठीत मानण्याची गरज नाही. अशा स्वरांची व व्यंजनांची कारणमीमांसा वर केली आहे, ती पाहता मराठीत ९ स्वर व ३२ व्यंजने असे एकूण ४१ वर्ण मानण्यास हरकत नाही. पारंपरिक वर्णमालेतील ३२ व इंग्रजीतून आलेले ॲ, ऑ, हे २ असे ४१ वर्ण मानावेत ते पुढीलप्रमाणे—

स्वरसंख्या ९ –

अ, आ, इ, उ, ऋ, ए, ओ, ॲ, ऑ

व्यंजनसंख्या ३२ –

स्पर्श व्यंजने – क्, ख्, ग्, घ्
च्, छ्, ज्, झ्
ट्, ठ्, ड्, ढ्, ण्
त्, थ्, द्, ध्, न्
प्, फ्, ब्, भ्, म्

अंतःस्थ व्यंजने – य्, र्, ल्, व

उष्म व्यंजने – स, श, ष, ह

मूर्धन्य – ळ

प्रा. मंगरूळकरांनी यातील महाप्राण व्यंजने मानण्यास विरोध केला आहे. त्यांच्या मते महाप्राण व्यंजने ही सुद्धा क्ष, ज्ञ, प्रमाणे संयुक्त ध्वनींनी बनलेली व्यंजने असल्याने ती स्वतंत्र मानण्याची आवश्यकता नाही. त्यांच्यात 'ह'कार असल्याने त्यांचे लेखन पुढीलप्रमाणे करावे–

ख – क्ह, घ – ग्ह, छ – च्ह, झ - ज्ह म्हणजे 'ख' मध्ये क् + ह, घ मध्ये ग् + ह ध्वनी आहे. तात्त्विकदृष्ट्या मंगरूळकरांचा हा विचार योग्य आहे परंतु फारशा व्याकरणकारांनी त्यास मान्यता दिलेली नाही.

तसेच 'च' गटातील व 'ट' गटातील वर्णांचा उच्चार भिन्नभिन्न पद्धतीने केला जात असल्याने त्यांनी त्यांनाही स्थान दिले पाहिजे असे म्हटले आहे. उच्चारातील भिन्नता चिन्हांनी दाखवायला हरकत नाही. परंतु तेवढ्यासाठी तो स्वतंत्र ध्वनी मानून स्वतंत्र वर्ण मानण्याची आवश्यकता वाटत नाही. कारण प्रत्येक वर्ण हा दुसऱ्या वर्णाच्या सहवासात आला की त्याच्या मूळच्या उच्चारात काहीसा बदल होतो. ही स्वाभाविक ध्वनिप्रक्रिया आहे. असे उच्चारातील सूक्ष्म फरक लेखनातून दाखविता येणे शक्य नसते; म्हणून एकाच ध्वनीचे दोन भिन्न उच्चार होतात या कारणाने त्यांना स्वतंत्र वर्णाचे स्थान देण्याचे कारण नाही.

❑

शब्दजाती

शब्द : संज्ञेचे स्वरूप

वाक्यातील महत्त्वाचा घटक म्हणजे 'शब्द.' परंतु शब्द ही संज्ञा आपण व्यवहारात व्यापक अर्थाने वापरतो. शब्दकोशातील प्रत्येक अर्थपूर्ण वर्णसमूहाला आपण शब्द म्हणतो, त्याचप्रमाणे वाक्यातील प्रत्येक घटकालाही शब्द म्हणतो. उदा. मनुष्य हा शब्द आणि मनुष्याने, मनुष्याला हाही शब्द. या सर्व रूपांना आपण शब्द म्हणतो हे व्याकरणदृष्ट्या बरोबर नाही.

शब्द म्हणजे ध्वनिसमूह, पण हे ध्वनिसमूह जसे अर्थपूर्ण असतात त्याप्रमाणे काहीवेळा अर्थशून्यही असतात. शब्द, प्रत्यय, उपसर्ग अशी आपणास रूपे आढळतात. त्या सर्वांनाच 'शब्द' ही संज्ञा देता येणार नाही. म्हणून ध्वनिसमूहाने बनलेल्या शब्दांची दोन रूपे समजली जातात ती म्हणजे – १) शब्द : ज्या ध्वनिसमूहाला काही विशिष्ट अर्थ आहे तो शब्द : उदाहरणार्थ – झाड, फूल, मंदा, हेमा आणि २) प्रत्यय : ज्या ध्वनींना किंवा ध्वनिसमूहांना कोणत्याही प्रकारचा अर्थ नाही, परंतु जे शब्दांना जोडल्याने शब्दांची विशिष्ट रूपे तयार करतात ते प्रत्यय होत. उदाहरणार्थ – चा, ला, ने, की, ईय, ईक.

म्हणजे शब्दांना जसा अर्थ असतो तसा या प्रत्ययांना असत नाही. परंतु श्री. चिपळूणकरांच्या मते, "प्रत्ययांनाही अर्थ असतो. कारण प्रत्यय म्हणजे शब्दांची अवशिष्ट रूपेच होत." तथापि चिपळूणकरांना शब्द व प्रत्यय यांतील भेद मान्य असल्याने त्यांनी म्हटले आहे, "साधारण शब्दांचा स्वतंत्रपणे प्रयोग केला असताही त्यापासून अर्थबोध होतो व प्रत्ययांची गोष्ट तशी नाही. त्यांचा प्रयोग सर्वकाळ दुसऱ्या शब्दांबरोबर होतो व तसा प्रयोग केल्यास मात्र ते अर्थबोधक होतात." म्हणून प्रकृती व विकृती हा दृष्टिकोन शब्दजाती ठरविण्यास योग्य वाटतो.

शब्दाचे जे मूळ रूप त्यास 'प्रकृती' असे म्हणतात आणि कोणतेही प्रत्यय लागून जी रूपे तयार होतात ती 'विकृती' होय. अशी विकृती करणारे ध्वनी किंवा

ध्वनिसमूह म्हणजे प्रत्यय होत. असे प्रत्यय दोन प्रकारचे असतात. १) चरमप्रत्यय : विभक्तिप्रत्यय व आख्यात प्रत्यय. २) चरमेतरप्रत्यय : इतर प्रत्यय. चरमप्रत्ययांमुळे शब्दाला 'पदरूप' प्राप्त होते तर चरमेतरप्रत्ययांमुळे शब्दाला नवे शब्दरूप प्राप्त होते किंवा मूळ शब्दाची नवीन शब्दजाती निर्माण होते. कोणत्याही प्रत्ययांना स्वतंत्र अर्थ नाही, त्यांचा स्वतंत्र उपयोग होत नाही; म्हणून त्यांना 'शब्द' ही संज्ञा देण्याचे कारण नाही.

आता पदास तरी शब्द म्हणता येईल का? शब्द स्वतंत्र असतो तर पदाचा संबंध वाक्याशी असतो. शब्दांना चरमप्रत्यय लागून पदे तयार होतात. उदा. राम, रावण, मार, हे शब्द आहेत तर 'रामाने रावणास मारले' यातील शब्द ही पदे आहेत. म्हणून डॉ. गोविलकरांनी म्हटल्याप्रमाणे, ''व्याकरणामध्ये मात्र प्रकृती शब्दाला म्हणजे प्रत्ययविरहीत शब्दालाच केवळ 'शब्द' असे म्हटलेले असते व शब्दांच्या विकृत रूपाला म्हणजे प्रत्ययान्वित रूपाला 'पद' असे म्हटलेले असते.'' परंतु मराठीतील शब्दयोगी अव्यये ही प्रत्ययांसारखी असल्याने त्यांना 'शब्द' म्हणायचे का असा प्रश्न निर्माण होतो. शब्दयोगी अव्यये काही वेळा प्रत्ययांप्रमाणे येत असली तरी ती स्वतंत्रही येतात व त्यांना अर्थही आहे. म्हणून शब्दजाती मानण्यास हरकत नाही. याबाबत प्रा. सौ. लुद्दू यांचे मत मान्य करावेसे वाटते. त्यांच्या मते, ''शब्द स्वतंत्र असता 'शब्द' हीच स्वतंत्र संज्ञा त्याला द्यावी व वाक्याचा घटक असेल तर त्यास 'पद' म्हणावे. हेच मराठीच्या संदर्भात इष्ट ठरणार आहे.'' म्हणून प्रत्यय, उपसर्ग, पद, यांना 'शब्द' ही संज्ञा देता येणार नाही.

शब्दाची व्याख्या

शब्द या संज्ञेच्या विविध प्रकारे ज्या व्याख्या केलेल्या आहेत, त्यातून या संज्ञेची स्वरूप स्पष्ट होते. त्या व्याख्या अशा -

१) संकेतार्थाने किंवा रूढीने अर्थ दाखविणारा जो वर्णसमुदाय त्यास शब्द म्हणतात.

– कृष्णशास्त्री चिपळूणकर

– रा. भि. जोशी

२) बाह्य किंवा अंतःसृष्टीतील कोणतीही वस्तू दाखविणाऱ्या वर्णास किंवा वर्णसमुच्चयास शब्द म्हणतात.

– मो. के. दामले

३) वर्णांचा उपयोग करून आपण कल्पना व्यक्त करणारे ध्वनिसमुदाय निर्माण करतो. त्या ध्वनिसमुदायांना शब्द असे म्हणतात.

–ना. गो. कालेलकर

४) कमीत कमी वर्णांनी युक्त, अर्थपूर्ण अशा वर्णांचा समुच्चय म्हणजे 'प्रकृती' व प्रकृतीने युक्त पण प्रत्ययविरहीत, वाक्यांगभूत, होऊ शकणारा वर्णसमुच्चय म्हणजे शब्द.

– प्रा. सौ. लद्दू

या प्रमुख व्याख्यांमधून शब्दसंज्ञेची लक्षणे स्पष्ट होतात. डॉ. लीला गोविलकरांनी त्या लक्षणांचा निर्देश करताना म्हटले आहे की, शब्द हा –

१) तो एक ध्वनी किंवा ध्वनिसमूह असायला पाहिजे. २) त्याला रूढीने किंवा संकेताने कोणता तरी अर्थ प्राप्त झालेला असावा. ३) त्याचा स्वतंत्रपणे उपयोग होत असला पाहिजे.

शब्दाची काटेकोर व्याख्या करता आली नाही तरी त्याची ही निर्देशित लक्षणे त्याचे स्वरूप स्पष्ट करतात. त्या आधारे आपणास अशी व्याख्या करता येईल की,

ज्या ध्वनीला किंवा ध्वनिसमूहाला रूढीने किंवा संकेताने काही अर्थ प्राप्त झालेला असतो व ज्याचा वाक्यात स्वतंत्रपणे किंवा प्रत्ययासह उपयोग होत असतो त्या ध्वनीस किंवा ध्वनिसमूहास शब्द असे म्हणतात. उदा. तो, व, रामा, नदी, मंदा वगैरे.

या स्वरूपाच्या आधारे शब्द ठरवून त्यांचे वर्गीकरण केले जाते.

शब्दांचे वर्गीकरण किंवा शब्दजाती

शब्दांच्या किती व कोणत्या जाती मानाव्यात व त्यांचे कसे वर्गीकरण करावे याबद्दल व्याकरणकारांमध्ये मतभेद आहेत. दादोबा पांडुरंगसारख्या व्याकरणकारांनी इंग्रजी व्याकरणाच्या आधारे शब्दजाती आठ मानल्या आहेत, तर चिपळूणकरसारख्यांनी संस्कृत व्याकरणाच्या आधारे मुख्य जाती तीन मानून त्यांच्या उपजातींसह शब्दजाती पाच मानल्या आहेत.

मराठी व्याकरणावर संस्कृत या प्राचीन आणि इंग्रजी या आधुनिक भाषेच्या व्याकरणाचा प्रभाव आहे. त्यामुळे मराठीतील शब्दांचे वर्गीकरण करताना व शब्दजाती ठरविताना मराठीचे वास्तवरूप पाहणेच योग्य ठरते. तथापि संस्कृत व इंग्रजी भाषेच्या धर्तीवर मराठीतील शब्दजातींचे व्याकरणकारांनी जे वर्गीकरण केले ते पाहिले पाहिजे.

अ) म. पां. सबनीस

शब्दांचे मुख्य प्रकार चार–

१) पूर्णार्थ शब्द – नाम

२) अर्धार्थ शब्द – सर्वनाम, उभयान्वयी, केवलप्रयोगी

३) ईषदर्थ शब्द – धातू, उपसर्ग

४) निरर्थक शब्द – शब्दयोगी, कालार्थप्रत्यय, साधितप्रत्यय

सबनीसांनी यात शब्दसंज्ञा फारच व्यापक अर्थाने घेऊन त्यांत शब्दांबरोबर प्रत्यय, उपसर्ग यांनाही स्थान दिले आहे. परंतु त्यांना अर्थ नसल्याने व त्यांचा स्वतंत्रपणे उपयोग होत नसल्याने, त्यांचे स्वरूप व कार्य शब्दांपेक्षा वेगळे असल्याने त्यांना शब्द म्हणता येणार नाही. मात्र शब्दांचे पूर्णार्थ शब्द, अर्धार्थ शब्द व ईषदर्थ शब्द असे प्रकार मानावेत ही कल्पना अर्थपूर्ण आहे.

ब) दादोबा पांडुरंग

शब्दांचे मुख्य प्रकार दोन–

१) सविभक्तिक – नाम, सर्वनाम, विशेषण, धातू

२) अविभक्तिक – क्रियाविशेषण, उभयान्वयी, शब्दयोगी, व केवलप्रयोगी.

दादोबांनी शब्दांचा रूपविचार करून विभक्तिप्रत्यय लागणारे व विभक्तिप्रत्यय न लागणारे असे मुख्य दोन प्रकार मानून त्यात प्रत्येकांचे चार उपप्रकार मानले आहेत. म्हणजे त्यांच्या मते शब्दजाती आठ आहेत व त्या दोन गटांत बसतात.

क) मो. के. दामले

दामले यांनी दादोबांप्रमाणेच वर्गीकरण केले आहे परंतु सविभक्तिक व अविभक्तिक यांऐवजी सविकारी व अविकारी असे शब्दप्रयोग वापरले आहेत. त्यांच्या मते शब्दजातीचे भेद दोन–

विकारी किंवा सविकारी : वाक्यामध्ये उपयोगात येताना ज्यांस काही विकार होतात म्हणजे जे जसेच्या तसे अविकृत सहसा उपयोगात येत नाहीत त्यास विकारी शब्द असे म्हणतात. उदा. मनुष्य, तो, चांगला.

२. अविकारी : ज्या शब्दांचा उपयोग वाक्यामध्ये अविकृतपणे होतो, म्हणजे जे जसेच्या तसे काही एक विकार न होता उपयोगात येतात त्यास अविकारी किंवा अव्यये असे म्हणतात. उदा– हळू, जर, वर, छे.

विकारी शब्दांचे नाम, सर्वनाम, विशेषण व धातू असे चार उपभेद आणि अविकारी शब्दांचे क्रियाविशेषण, उभयान्वयी, शब्दयोगी व केवलप्रयोगी असे चार उपभेद मानून शब्दांच्या जाती आठ आहेत असे त्यांनी म्हटले आहे.

ड) कृष्णशास्त्री चिपळूणकर

चिपळूणकरांनी संस्कृतच्या आधारे मुख्य शब्दजाती तीन मानल्या –

१) प्रातिपदिक, २) धातू, ३) अव्यय. प्रातिपदिकात नाम, सर्वनाम व विशेषण यांचा समावेश करून एकूण शब्दजाती पाच मानल्या. अव्ययाचे भेद त्यांनी मानले नाहीत.

इ) प्रा. अरविंद मंगरूळकर

मंगरूळकरांना शब्दांची सव्यय–अव्यय किवां विकारी–अविकारी गटात विभागणी करणे मान्य नाही. त्यांच्या मते "ज्यांना आपण विकारी वा सव्यय म्हणतो ती काहीवेळा बदलत नाहीत. त्यांना कोणताही विकार होत नाही. उदा. गोड, उंच ही विशेषणे, या उलट ज्यांना आपण अविकारी म्हणतो, अव्यय म्हणतो त्यांना कोणतातरी विकार झालेला असतो. उदा. जेथून, वरून, बाहेरून. या अव्ययांची रूपे 'ऊन' प्रत्यय लागून तयार झाली आहेत. मंगरूळकरांचा हा विचार तात्त्विकदृष्ट्या बरोबर आहे परंतु व्याकरणात अगदी काटेकोर विभागणी करता येणे शक्य नसते. त्यांनी विकार पावणाऱ्या शब्दांना 'विकारासह' आणि विकार न पावणाऱ्या शब्दांना 'विकाराशिवाय' अशा संज्ञा वापरल्या आहेत.

एकंदरीत बहुतेक व्याकरणकारांना विकार पावणारे शब्द आणि विकार न पावणारे शब्द ही विभागणी मान्य दिसते. मग ते त्यास कोणतेही नाव देवोत.

शब्दजातिसंख्या आठ मानावी काय?

शब्दजाती दोन प्रकारच्या – विकारी व अविकारी – मानून व्याकरणकारांनी त्यांच्या उपजातींचा विचार केला आहे.

इंग्रजी व्याकरणाच्या आधारे मराठीत विकारी शब्दजातींचे नाम, सर्वनाम, विशेषण व धातू हे चार प्रकार आणि अविकारी शब्दजातीचे क्रियाविशेषण उभयान्वयी, शब्दयोगी व केवलप्रयोगी असे चार प्रकार मानून शब्दजातींची संख्या आठ मानली जाते व ती रूढही झाली आहे. त्यामुळे संस्कृतप्रमाणे पाच शब्दजाती मानण्यापेक्षा आठ शब्दजाती मानणे योग्य ठरते.

परंतु या शब्दजातींतील सर्वनाम व केवलप्रयोगी या दोन शब्दजाती स्वतंत्र मानण्यास व्याकरणकारांत मतभेद आहेत.

सर्वनामे

सर्वनाम या शब्दजातीला विरोध करण्याचे कारण ती स्वतंत्र शब्दजाती नाही. "सर्वनामाला स्वतःचा स्वतंत्र अर्थ नाही व तो नामाऐवजी येतो" असे डॉ. सहस्त्रबुद्धे यांनी म्हटले आहे तर प्रा. मंगरूळकरांच्या मते "नामे सहजलिंगी असतात तर काही सर्वनामे अलिंग (इष्टलिंग) असतात. जसे – मी, आम्ही, तू, तुम्ही या सर्वनामांचे लिंग वाक्यातील क्रियापदावरून अनुमित होते. शिवाय नामे व सर्वनामे यांना एकाच प्रकारचे विभक्ति कार्य होत असल्याने त्यांचा स्वतंत्र विभाग करण्याची आवश्यकता नाही. सर्वनामाचा समावेश कार्यदृष्टीने नामामध्ये करावा लागतो." तसेच काही व्याकरणकारांच्या मते नामे, विशेषणे, व क्रियापदे

या तिन्हीत सर्वनामांचा अंतर्भाव होतो. सर्वनामाविषयीचे हे विश्लेषण बरोबर आहे परंतु सर्वनामांचा स्वतंत्रही उपयोग होत असतो. ज्याअर्थी क्रियापद बदलते त्याअर्थी त्या वाक्यातील सर्वनामाचे लिंग समजते म्हणजे ती अलिंग आहेत म्हणणे सर्वस्वी बरोबर नाही. सर्वनामांना लिंग, वचन, विभक्ती हे विकार होतात. म्हणून सर्वनाम स्वतंत्र शब्दजाती मानण्यास हरकत नाही.

केवलप्रयोगी अव्यये

केवलप्रयोगी अव्यये ही भावनाद्योतक उद्‌गार आहेत, शब्द नव्हेत. त्यांचा वाक्याशी काहीच संबंध नसतो. उलट ती स्वतः वाक्येच असतात; म्हणून व्याकरणात हे शब्द अनावश्यक आहेत असे काही व्याकरणकारांना वाटते. आगरकरांनी याच कारणाने केवलप्रयोगी अव्यय शब्दजाती मानण्यास विरोध केला आहे. केवलप्रयोगी सोडून त्यांनी शब्दजाती संख्या सात मानली आहे.

राजवाडे, दामले, दादोबा पांडुरंग यांनी रूढी व परंपरा म्हणून शब्दजाती आठ मानल्या आहेत.

चिपळूणकरांनी या आठ शब्दजाती मानून शुद्ध शब्दयोगी अव्यय ही एक स्वतंत्र शब्दजाती मानून शब्दजाती नऊ मानल्या आहेत. त्यांच्या मते च, हि, ना, सुद्धा शब्दप्रयोगी अव्यये असून तो एक स्वतंत्र प्रकार मानावा. परंतु शब्दयोगी अव्ययाचाच तो एक प्रकार असल्याने त्यास स्वतंत्र स्थान देण्याची आवश्यकता नाही.

एकंदरीत केवलप्रयोगी अव्ययांना शब्द मानणे अवघड असल्याने तो प्रकार वगळून नाम, सर्वनाम, विशेषण, धातू, क्रियाविशेषण, उभयान्वयी व शब्दप्रयोगी या सात शब्दजाती मानण्यास हरकत नाही.

❑

नाम

नामाची व्याख्या

नाम हा शब्द आपण व्यवहारात अत्यंत व्यापक अर्थाने वापरतो, त्यामुळे त्याची काटेकोर व शास्त्रीय व्याख्या करणे काहीसे अवघड आहे. म्हणून दादोबा पांडुरंग यांनी "कोणत्याही एका वस्तूचे नाव म्हणजे नाम" ही केलेली व्याख्या अतिव्याप्त व ढोबळ वाटते. तर ग. ह. केळकरांची "कोणतीही वस्तू ज्या शब्दाने प्रत्यक्ष रीतीने दर्शविली जाते तो शब्द म्हणजे नाम" ही व्याख्या अव्याप्त वाटते कारण वस्तू ही इंद्रियगम्य असते तशी मनोगम्यही असू शकते; त्यामुळे विद्वत्ता, शौर्य, प्रीती सारख्या शब्दांनाही नाम म्हटले जाते. पण केळकरांच्या व्याख्येप्रमाणे या शब्दांना नाम म्हणता येत नाही.

नामांच्या लक्षणांवरून नामाची व्याख्या करण्याचा काही व्याकरणकारांनी केलेला प्रयत्न अर्थपूर्ण आहे. त्या दृष्टीने पुढील दोन व्याख्या अभ्यासनीय आहेत—

"ज्या शब्दांपासून संख्या, लिंग इत्यादिकांनी परिच्छिन्न म्हणजे युक्त अशा पदार्थांचा बोध होतो व तो पदार्थ जेव्हा विशेष असतो म्हणजे त्याचा विभक्ती किंवा शब्दयोगी अव्यय मध्ये न येता दुसऱ्या शब्दांवर अन्वय होत नाही त्या शब्दास नाम म्हणावे."

– कृष्णशास्त्री चिपळूणकर

"ज्या प्रातिपदिकाच्या योगाने वस्तूचा प्रत्यक्षतः बोध होतो व ज्या प्रातिपदिकाला विभक्तिविकार होऊन पदस्थिती प्राप्त होते, त्या प्रातिपदिकास नाम असे म्हणावे."

–म. पां. सबनीस

परंतु यापेक्षा पुढील दोन व्याख्या नामसंज्ञा अधिक स्पष्ट करतात –

"वास्तविक किंवा काल्पनिक सृष्टीतील कोणतीही वस्तू दाखविणारा जो विकारी शब्द त्यास नाम असे म्हणतात."

–मो. के. दामले

“नाम म्हणजे वस्तूचा वाचक असा सहजलिंगी शब्द.”

—प्रा. अरविंद मंगरूळकर

या व्याख्यांमध्ये दामले यांची व्याख्या अधिक शास्त्रीय वाटते; कारण नामाची अनेक लक्षणे त्यात अंतर्भूत आहेत. 'वस्तू' या शब्दाचा त्यांनी “प्राणी, पदार्थ व त्यांच्या ठायींचे गुणधर्म” असा व्यापक अर्थ घेतला आहे आणि 'विकारी' या लक्षणात लिंग, वचन व विभक्ती या विकारांचा अंतर्भाव होतो.

नामाची वैशिष्ट्ये

नामाची व्याख्या करताना 'नाम' ही शब्दजाती कोणते कार्य करते, तिचे स्वरूप कसे असते याचा विचार केला जातो. मराठी व्याकरणकारांनी विविध दृष्टिकोनांतून नामजातीचा विचार केला आहे. त्या सर्वांचा विचार करता आपणास 'नामा'ची पुढील वैशिष्ट्ये जाणवतात :

१. नाम हा शब्द वस्तुवाचक आहे.

२. नामाने दाखविली जाणारी वस्तू कधी वास्तव सृष्टीतील प्रत्यक्ष असेल, तर कधी काल्पनिक सृष्टीतील अप्रत्यक्ष असेल. उदा. माणूस, घोडा, झाड, पर्वत, हे प्रत्यक्ष वास्तवातील तर सुख, यश, चिंता, प्रीती, शौर्य हे काल्पनिक व अप्रत्यक्ष होत.

३. नाम या शब्दातून प्राणी, पदार्थ व त्यांच्या ठायींचे धर्म या सर्वांचा बोध होतो.

४. नाम ही शब्दजाती विकारी आहे. लिंग, वचन व विभक्ती हे प्रमुख विकार होत. काही वेळा शब्दयोगी अव्ययांचाही विकार होतो.

५. विकार होताना नामाचे सामान्यरूप होते.

६. नाम या शब्दजातीच्या ठायी वस्तुद्योतकत्व व विकारित्व हे दोन गुणधर्म आढळतात.

७. काही वेळेस सर्वनामे, विशेषण, व केवलप्रयोगी अव्यय असलेले शब्द नामाच्या ठायी येतात. त्यांचा नामाप्रमाणे उपयोग होतो. उदा. आपलेपणा दाखविला की माणसे जवळ येतात, शहाण्यास शब्दाचा मार, त्याची वाहवा झाली.

८. भाषेतील ही सर्वांत महत्त्वाची व संख्येने अधिक वापरली जाणारी शब्दजाती आहे.

ही वैशिष्ट्ये लक्षात घेता आपणास नामाची पुढीलप्रमाणे व्याख्या करता येईल.

“ज्या विकारी शब्दाने वास्तव किंवा काल्पनिक दृष्टीतील वस्तूचा किंवा त्याठायी असणाऱ्या गुणधर्मांचा बोध होतो त्या विकारी शब्दास नाम म्हणतात.”

नामांचे प्रकार

नामांचे प्रकार तीन समजले गेले आहेत. ते म्हणजे सामान्यनाम, विशेषनाम, व भाववाचकनाम. परंतु दामले यांनी त्यांची विभागणी दोन गटांत केली आहे. त्यांच्या मते धर्मिवाचक व धर्मवाचक अशी दोन प्रकारची नामे असून धर्मिवाचकाचे सामान्यनाम व विशेषनाम असे दोन उपप्रकार मानले आहेत. त्यांचे विवेचन असे–

नामाचे प्रमुख प्रकार दोन–

१. धर्मिवाचक : ''ज्या नामांनी प्राण्यांचा अथवा पदार्थांचा अथवा त्यांच्या समुदायांचा बोध होतो त्यास धर्मिवाचक नामे असे म्हणतात.''

उदा. गोविंद, मंदा, पुरुष, स्त्री, प्राणी, कागद, शाई, सैन्य.

या धर्मिवाचक नामांची वैशिष्ट्ये अशी –

१. ह्या नामांनी एक किंवा अनेक प्राण्यांचा, एक किंवा अनेक पदार्थांचा किंवा प्राण्यांच्या अथवा पदार्थांच्या एक किंवा अनेक समुदायांचा बोध होतो.

२. धर्मी म्हणजे ज्याच्या ठायी धर्म म्हणजे गुण वास करतात तो प्राणी अथवा पदार्थ.

३. धर्मिवाचक नामाचे प्रकार दोन. ते म्हणजे सामान्यनाम व विशेषनाम.

२. धर्मवाचक : ''ज्या नामाने प्राणी अथवा पदार्थ ह्यामध्ये वास करणाऱ्या कोणत्याही धर्माचा म्हणजे गुणाचा अथवा भावाचा बोध होतो त्यास धर्मवाचक नाम असे म्हणतात.'' यालाच दादोबांनी 'भाववाचक' आणि गोडबोले यांनी 'गुणबोधक' असे म्हटले आहे. उदा. चांगुलपणा, शौर्य, विद्वत्ता, गुलामगिरी.

दामले यांनी केलेल्या या नामविभागणीस सबनीस व मंगरूळकर यांनी विरोध केला आहे. प्रा. मंगरूळकरांच्या मते, ''नाम धर्मिवाचक असो, धर्मवाचक असो, नाम म्हणजे नाम. त्याची भाषेमध्ये सारखीच विभक्तिविषयक आणि इतर कार्ये होतात. धर्म, धर्मिविवेचनाने या कार्यात फरकही पडत नाही, अथवा त्याने त्या कार्याचा काही विशेष बोधही होत नाही... त्यामुळे हा नामभेद व्याकरण कार्याच्या दृष्टीने केवळ तटस्थ आहे, असंबद्ध आहे.''

पारंपरिक पद्धतीने नामाचे पुढील तीन प्रकार मानले जातात –

विशेषनाम

विशेषनाम हे एका व्यक्तीचे, पदार्थाचे असते. म्हणून ''ज्या नामांनी एका धर्मीचा म्हणजे एका प्राण्याचा, पदार्थाचा, किंवा त्याच्या एका समूहाचा बोध होतो त्यास विशेषनाम असे म्हणतात.'' उदा. विष्णू, हिमालय, मंदाकिनी, सोलापूर, कोल्हापूर, महाराष्ट्र. दामले यांनी केलेली व्याख्या अर्थपूर्ण वाटते.

विशेषनामाची वैशिष्ट्ये पुढीलप्रमाणे :

१. विशेषनाम हे ज्या अर्थी एका धर्मीचे नाव आहे त्या अर्थी ते एकवचनी असते.

२. बहुधा ते निरर्थक म्हणजे अर्थहीन असते म्हणजे त्याच्या अंगच्या कोणत्याही धर्माचा बोध त्या नामापासून होत नाही. 'नर्मदा' या नावाने एका स्त्रीचा, नदीचा किंवा गाईचा असा बोध होत नाही. (परंतु संदर्भाने बोध होत नाही का, ही एक शंका.)

३. काही विशेषनामे अर्थपूर्ण असतात; परंतु ती नामे विशेषनाम म्हणून येतात तेव्हा त्यांचे अर्थपरिवर्तन झालेले असते. उदा. – गोपाळ म्हणजे गाई पाळणारा गुराखी; परंतु गोपाळ हे मुलाचे नाव येते तेव्हा अर्थसंकोच झालेला असतो. अर्थात ब्रह्मा, विष्णू, महेश, सूर्य, चंद्र, यांसारखी विशेषनामे अर्थशून्य असत नाहीत.

४. काही विशेषनामे कालांतराने अर्थविस्तार होऊन सामान्यनामे (की भाववाचक नामे?) निर्माण होतात. उदा. शिवाजी, बाजीराव, मस्तानी, सावित्री, ही विशेषनामे पराक्रमी पुरुष, सुंदर स्त्री, पतिव्रता या अर्थाने वापरली जातात.

५. वार, महिने, सण, ग्रह, नक्षत्रे, इत्यादिकांची नावे विशेषनामे असली तरी ती काहीवेळा सामान्यनामांप्रमाणे येतात. उदा.– सोळा सोमवार, गोपाळांचा मेळा, भीष्मप्रतिज्ञा, राहू, केतू, शनी.

सामान्यनाम

वस्तूंच्या, प्राण्यांच्या अथवा पदार्थांच्या जातींना सामान्यनामे म्हणतात. समान विशिष्ट गुणधर्मांमुळे त्या वस्तूंची / पदार्थांची /प्राण्यांची एक जात समजली जाते. म्हणून सामान्यनामाच्या पुढीलप्रमाणे व्याख्या आढळतात :

"ज्या सर्वनामापासून जातीचा किंवा गुणाचा बोध होऊन तद्वारा ती जाती किंवा गुण ज्या व्यक्तीवर असतात त्यांचा बोध होतो, त्या नामास सामान्यनाम असे म्हणतात."

–चिपळूणकर

"ज्या नामांनी अनेक धर्मींचा अथवा धर्मिसमुदायांचा म्हणजे जातींचा किंवा वर्गांचा बोध होतो त्यास सामान्यनामे असे म्हणतात."

–दामले

उदा. मनुष्य, दौत, स्त्री, पर्वत.

सामान्यनामाची वैशिष्ट्ये पुढीलप्रमाणे –

१. सामान्यनाम बहुधा अनेकवचनास लागते. अनेकांमध्ये असणाऱ्या समान गुणधर्मांमुळे त्या वस्तूंची एक जात समजली जाते. उदा. – घोडा, मुले, पुस्तक, पर्वत.

२. सामान्यनामास अर्थ असतो. ज्या अनेकांस ते लागते, त्यांच्या ठायी दृष्टीस पडणारे साधर्म्य हे त्यांचे प्रवृत्तिनियम होत. मनुष्य, अरण्य, प्राणी, पर्वत, नदी, या शब्दांमुळे त्यांच्या ठायी असणाऱ्या समान गुणधर्मांचा बोध होतो, तसा विशेषनामामुळे होत नाही.

३. काही सामान्यनामांचा विशेषप्रसंगी विशेषनामासारखा उपयोग होतो. उदा. पंचवटी, हिमालय.

४. समुदायवाचक व पदार्थवाचक नामांना दामले वगैरे व्याकरणकारांनी सामान्यनामे असे संबोधले आहे.

५. सामान्यनामे बहुधा संख्येने मोजता येणारी नामे असतात. उदा. चार मुले, पाच पर्वत, सात नद्या.

भाववाचक नाम

पदार्थ, प्राणी अथवा व्यक्ती यांच्या ठायी असणाऱ्या गुणधर्मांचा बोध करणारे काही शब्द असतात अशा शब्दांना भाववाचक नामे असे म्हणतात. दामले यांनी त्यास 'धर्मवाचक', दादोबांनी 'भाववाचक' आणि गोडबोले यांनी 'गुणबोधक' म्हटले आहे. दामले यांनी वापरलेला 'धर्म' हा शब्द अर्थपूर्ण वाटतो कारण त्यातून भाव व गुण हे अर्थ व्यक्त होतात; परंतु मराठीत 'भाववाचक नाम' हीच संज्ञा अधिक रूढ आहे.

भाववाचक नामाचे स्वरूप काहीसे विशेषणासारखे असले तरी त्याचे व्याकरणिक स्वरूप वेगळे आहे. विशेषण हे नामाच्या संदर्भात येते. उदा. गोड आंबा, रागीट बायको. परंतु भाववाचक नाम एक स्वतंत्र, काल्पनिक वस्तू असते. उदा. गोडी, रागीटपणा. या वस्तू प्रत्यक्ष दिसत नसल्या तरी पदार्थांच्या ठायी त्यांचे अस्तित्व असते. त्या पदार्थांच्या ठायी असणाऱ्या गुणधर्माचा, भावाचा बोध करतात म्हणून त्यांना 'भाववाचक' असे म्हटले जाते. ही भाववाचक नामे नाम किंवा विशेषण यांपासून बनलेली असतात. उदा. – मनुष्यत्व, पशुत्व, गोडी, उंची, प्रीती, क्रौर्य.

चिपळूणकरांना 'भाववाचक नाम' असा वेगळा प्रकार मान्य नाही. त्यांच्या मते, "हे शब्द नामेच आहेत, म्हणून भाववाचक नामांचा वेगळा वर्ग सांगण्याचे व्याकरणात काही एक प्रयोजन आम्हास दिसत नाही." परंतु भाववाचक नामांचे लक्षण, स्वरूप व कार्य वेगळे असल्याने त्यांचा स्वतंत्र प्रकार मानण्यास हरकत नाही. अर्थात भाववाचक नामे ही स्वतंत्र शब्दजाती नसून ती काहीशी साधित शब्दजाती आहे. सामान्यनामे, विशेषणे, धातू यांना प्रत्यय लागून भाववाचक नामे तयार होतात. उदा. मनुष्य मनुष्यत्व, गोड – गोडपणा, लिह – लिखावट. परंतु सिद्ध व साधित यांच्या आधारेच स्वतंत्रत्व ठरवावयाचे झाले तर सर्वच शब्दजातींचा पुनर्विचार करावा लागेल.

नामभेदातील साधर्म्य व वैधर्म्य

नामाचे विशेषनाम, सामान्यनाम, व भाववाचक नाम असे प्रमुख प्रकार बहुतेक व्याकरणकारांनी मानले आहेत आणि मराठीत ते रूढही झाले आहेत; परंतु भाषेत प्रत्यक्ष वापरात ते शब्द काटेकोरपणाने वापरले जात नाहीत. तसे शक्यही नसते म्हणून व्याकरणाने त्याची फक्त नोंद घेणे योग्य. दामले यांनी याची घेतलेली नोंद शास्त्रीय आहे, ती अशी–

१. सामान्यनामांनी धर्मी व धर्म या दोहोंचा बोध होतो आणि धर्मवाचक, नामांनी (भाववाचक) फक्त धर्माचा म्हणजे गुणांचा बोध होतो. त्यांनी धर्मींचा बोध झालाच तर तो केवळ अप्रत्यक्ष.

२. विशेषनामे ज्याप्रमाणे एकवचनीच येतात त्याप्रमाणे धर्मवाचक नामेही प्राधान्येकरून एकवचनीच येतात.

३. विशेषनामे व धर्मवाचक नामे अनेकवचनी उपयोगात येतात तेव्हा त्यास सामान्यनामांचे स्वरूप प्राप्त होते. उदा.– गोपाळ (विशेषनाम), गोपाळांचा मेळा (सामान्यनाम), सोमवार (विशेषनाम), सोळा सोमवार (सामान्यनाम).

४. विशेषनामे व धर्मवाचक नामे यांचा कधी कधी एकवचनातही सामान्य नामाप्रमाणे उपयोग होतो. उदा. – तो कर्ण आहे, ती कैकेयी आहे.

५. विशेषणांचा कधी कधी सामान्यनामाप्रमाणे उपयोग होतो. – उदा. शहाण्यास शब्दाचा मार. विद्वान भित्रे असतात.

६. केवलप्रयोगी किंवा उद्‌गारवाचक शब्दांचा नामाप्रमाणे उपयोग होतो तेव्हा ते धर्मवाचक (भाववाचक) नामे होतात. उदा. – त्याची वाहवा झाली, त्याची छीःथू झाली.

७. भाववाचक नामे गुणदर्शक असल्यामुळे ती विशेषणासारखी वाटतात पण ती विशेषणे नव्हेत; कारण विशेषणाला विशेष्याची गरज असते तशी भाववाचक नामाला नसते.

समुदायवाचक व पदार्थवाचक नाम

काही व्याकरणकारांनी नामाच्या वरील तीन प्रकारांशिवाय आणखी दोन प्रकार मानले आहेत, ते म्हणजे समुदायवाचक नाम व पदार्थवाचक नाम. इंग्रजीत Collective noun व Material noun असे प्रकार मानल्याने त्याच्याच अनुकरणाने रा. भी. जोशी व म. पां. सबनीस यांनी या दोन प्रकारांचा पुरस्कार केला आहे.

समुदायवाचक नाम :

अनेक वस्तूंचा समुदाय दाखविणाऱ्या नामास समुदायवाचक नाम असे म्हणतात. उदा. फौज, कळप, सेना, थवा.

पदार्थवाचक नाम : राशिगण्य द्रव्यवाचक वस्तू किंवा पदार्थ दाखविणाऱ्या नामास पदार्थवाचक नाम असे म्हणतात. उदा. – तेल, तूप, गहू.

या शब्दांचे विशेषनाम, सामान्यनाम, व भाववाचकनाम यांच्यापेक्षा वेगळे स्वरूप आहे. त्यांना बहुधा वचनविकार होत नाही. त्यांचे विशेषनाम व सामान्यनाम होत नाही किंवा त्यांपासून कोणत्याही जातीचा वा गुणधर्माचा बोध होत नाही. इंग्रजीत मात्र त्यांची एकवचनी व अनेकवचनी रूपे होतात व त्यानुसार क्रियापदांची रूपे तयार होतात; परंतु मराठीत तसे होत नाही.

या नामांना मराठीत स्वतंत्र नामप्रकार समजण्याची आवश्यकता नाही, हे दामले यांचे मत योग्य आहे. कृ. पां. कुलकर्णी यांच्या मते, ''सोने, रेशीम, लोखंड, इत्यादी पदार्थवाचक नामे असली आणि कळप, फौज, थवा, सैन्य इत्यादी समूहवाचक नामे असली तरी त्या सर्वांना सामान्यनामेच समजतात व त्यात भेद करीत नाहीत.'' परंतु म. पां. सबनिसांच्या मते, ''तेथे वस्तू राशिगण्य असल्यामुळे अनेकवचन होत नाही. सामान्यादी नामांप्रमाणे पदार्थवाचक नाम व्याकरणदृष्ट्या मानणे अवश्य आहे.''

वास्तविक पाहता पदार्थवाचक व समूहवाचक नामांचा विशेषनाम व सामान्यनाम यांत अंतर्भाव करता येणे शक्य आहे. उदा. धातू हे सामान्यनाम आणि सोने, तांबे, लोखंड ही विशेषनामे; समूहवाचक नामांना सामान्यनाम म्हणण्यास हरकत नाही. म्हणून मराठीत हे दोन प्रकार स्वतंत्र मानण्याची आवश्यकता नाही.

❑

सर्वनाम

स्वतंत्र शब्दजाती?

सर्वनाम ही मराठीतील वादग्रस्त शब्दजाती आहे. मराठीने सर्वनाम ही संज्ञा संस्कृतमधून घेतली व इंग्रजीच्या pronoun या शब्दासाठी ती वापरली. संस्कृतमध्ये सर्वनाम ही स्वतंत्र शब्दजाती मानलेली नाही; त्यामुळे संस्कृत व्याकरणाला प्रमाणभूत मानणाऱ्या चिपळूणकर गुंजीकरसारख्या व्याकरणकारांनी सर्वनाम ही स्वतंत्र शब्दजाती मानली नाही. चिपळूणकरांच्या मते, ''अर्थदृष्टीने इतर नामांपेक्षा व विशेषनामांपेक्षा सर्वनामांत काही विशेष दिसत नाही.'' तर अर्वाचीन व्याकरणकार प्रा. मंगरूळकरांच्या मते ''मराठीत नामांचे आणि सर्वनामांचे विभक्तिप्रत्यय अभिन्न आहेत त्यामुळे त्यांचा वेगळा विचार करण्याची आणि नामांपासून ती पृथक करण्याची तादृश आवश्यकता नाही.'' डॉ. सहस्रबुद्धे यांच्या मते, ''सर्वनामाला स्वतःला काही अर्थ नाही व ते नामाऐवजी येते म्हणून सर्वनाम ही स्वतंत्र शब्दजाती मानू नये.''

सर्वनामाला स्वतंत्र शब्दजाती मानण्यात काही अडचणी आहेत हे खरे आहे. नाम, विशेषण, धातू इत्यादी शब्दजातींपासून कोणत्या तरी अर्थाचा बोध होतो त्याप्रमाणे सर्वनामापासून अर्थबोध होत नाही. उदाहरणार्थ, तो, आम्ही, ते म्हणजे नेमके काय? एखादी वस्तू, व्यक्ती की गुणधर्म? हे सांगणे अवघड आहे. म्हणजे सर्वनामाला स्वतःचा अर्थ नसतो, तो पूर्वापार संबंधाने प्राप्त होतो. जसे, 'रामा गावाला जाणार आहे. तो उद्या परत येईल' या वाक्यांत 'तो' या सर्वनामाचा 'रामा' या विशेषनामाशी संबंध आहे, त्यामुळे 'तो' म्हणजे व्यक्ती. परंतु 'रामाने निबंध लिहिला. तो चांगला आहे' या वाक्यांत 'तो' हे सर्वनाम 'निबंध' या नामासंबंधी आले आहे म्हणजे सर्वनामाला पूर्वापार संबंधाने अर्थ प्राप्त होतो. सर्वनामाचा उपयोग नामाऐवजी होत असल्याने त्याचे लिंगवचन नामाप्रमाणे ठरते. परंतु काही सर्वनामांना स्वतःचे लिंगवचन असते. मी, आम्ही, तू, या सर्वनामांची लिंगे ती ज्या नामांसाठी आलेली असतात त्यावरून ठरतात तर तो, ती, ते या सर्वनामांना स्वतःची लिंगे आहेत.

अशा प्रकारे सर्वनामाचे स्वरूप हे नाम, विशेषण, धातू यांच्यापेक्षा वेगळे आहे ही गोष्ट खरी आहे; परंतु सर्वनामांना प्रसंगविशेषी स्वतःचा अर्थ असतो, लिंग, वचन असते आणि विकारी शब्दांचे गुणधर्म त्यांच्या ठायी असल्याने सर्वनामांच्या उणिवा लक्षात घेऊनही रूढ झालेली पद्धती म्हणून सर्वनाम ही स्वतंत्र शब्दजाती मानण्यास हरकत नाही.

सर्वनामांची व्याख्या

सर्वनामांचे विविध गुणधर्म लक्षात घेऊन व्याकरणकारांनी त्याच्या पुढील प्रमाणे व्याख्या केल्या आहेत–

१. सर्वनामांची जी नामे म्हणजे जी सर्व प्रकारच्या नामांबद्दल येतात ती सर्वनामे होत.

– डॉ. भांडारकर

२. नामाच्या ऐवजी येणाऱ्या सर्वनाम शब्दास सर्वनाम प्रातिपदिक असे म्हणतात. नामाच्या संबंधाने हे प्रातिपदिक अप्रत्यक्षतः वस्तू दाखविते व त्याला विभक्तिविकारही होतो.

– म. पां. सबनीस

३. वस्तूंची प्रत्यक्ष नावे पुन्हा पुन्हा उपयोगात आली तर कंटाळवाणी वाटतात म्हणून, त्यांच्या जागी जे खुणेचे शब्द घालतात व ज्यांच्यामुळे वस्तूंचा बोध अप्रत्यक्ष रीतीने होतो, त्या शब्दांना सर्वनामे म्हणावे.

– ग. ह. केळकर

४. जो विकारी शब्द विशिष्टार्थद्योतक नसून ज्यास पूर्वापार संबंधाने सर्व प्रकारच्या नामांचा अर्थ येऊ शकतो, म्हणजे जो वाटेल त्या नामांबद्दल उपयोगात येतो त्यास सर्वनाम असे म्हणतात. उदा. मी, तो, तू, हा.

– मो. के. दामले

सर्वनामाची वैशिष्ट्ये

१. सर्वनाम ही विकारी शब्दजाती आहे. तिला लिंग, वचन व विभक्ती हे विकार होतात. तथापि काही सर्वनामांना स्वतःचे लिंग नाही म्हणून प्रा. मंगरूळकर यांनी काही सर्वनामे सलिंग असतात तर काही सर्वनामे अलिंग असतात असे म्हटले आहे. मी, आम्ही, तू, तुम्ही, आपण यांसारख्या सर्वनामांचे लिंग कोणते हे कळत नाही. त्यांचा सर्वलिंगी उपयोग होतो. परंतु तो, ती, ते, ते, त्या, ती, हा इत्यादी सर्वनामांचा लिंगबोध होतो. त्यामुळे मंगरूळकरांनी सुचविलेली सलिंग-अलिंग ही कल्पना विचारणीय आहे. परंतु सलिंग या संज्ञेऐवजी सर्वलिंगी अशी संज्ञा वापरणे योग्य होईल. कारण ती सर्वनामे तिन्ही लिंगी चालतात.

२. सर्वनामांना स्वतःचा स्वतंत्र असा अर्थ नाही. सर्वनामांमुळे वस्तू, व्यक्ती, अथवा तिचा गुणधर्म यांचा बोध होत नाही. सर्वनामे नामांबद्दल येत असल्यामुळे नामांचा जो अर्थ तोच सर्वनामांचाही अर्थ. हा अर्थ पूर्वापार संबंधाने येत असतो म्हणूनच कृ. पां. कुलकर्णी यांनी "सर्वनाम हे प्रतिनामच आहे" असे म्हटले आहे. त्यामुळे अर्थ, लिंग, वचन याबाबतीत सर्वनाम नामावर अवलंबून असते.

३. सर्वनामे नामाबद्दल येतात त्याप्रमाणे काही वेळा ती विशेषणे, क्रियापदे, यांच्यासंबंधीही येतात. उदा. 'झाडाचा रंग हिरवा आहे. तो मला फार आवडतो.' 'कोकिळा गोड गाते, ते मला आवडते.'

सर्वनामांची संख्या

मराठीत किती सर्वनामे मानावीत यांबद्दल व्याकरणकारांमध्ये मतभेद आहेत. जे शब्द वस्तुतः विशेषणे आहेत अशा अनेक शब्दांचा सर्वनामांमध्ये काही व्याकरणकारांनी समावेश केला आहे. उदा. भलता, फलाणा, सर्व, सगळा. कृष्णशास्त्री, गोडबोले, दादोबा, सबनीस या व्याकरणकारांनी या शब्दांना सर्वनामे म्हटले आहे तर काहींनी सर्वनामांना प्रत्यय लावून तयार झालेल्या शब्दांनाही म्हणजे साधित सर्वनामांनाही सर्वनामात अंतर्भूत केले आहे. त्यामुळे सर्वनामांची संख्या खूप वाढते म्हणून त्यास विरोध करताना दामले यांनी म्हटले आहे, "सर्वनामोत्पन्न शब्द हे नामाच्या बदली येत असले तरी ते नामाबद्दल माहिती देण्याचे कार्य करीत असतात म्हणून त्यांना सर्वनामे असे म्हणण्यापेक्षा विशेषणे म्हणणे हे अधिक योग्य आहे."

दामले यांनी मराठीत एकंदर नऊ सर्वनामे मानली आहेत. ती अशी – मी, तू, आपण, स्वतः तो, हा, जो, कोण, काय.

चिपळूणकरांनी मी, तू, तो, हा, जो, कोण, काय, किती ही आठ सर्वनामे मानली आहेत. परंतु त्यातील 'किती' या सर्वनामाला त्यांनी फारसे महत्त्व न दिल्याने त्यांनी सर्वनामाची संख्या सात मानलेली दिसते. रा. भी. जोशी यांनीही या सात सर्वनामांना मान्यता दिली आहे. दामल्यांनी त्या सात सर्वनामांत आपण व स्वतः या दोन सर्वनामांची भर घालून सर्वनामसंख्या नऊ मानली. दामले यांची विचारसरणी शास्त्रीय असल्याने मराठीत दामले यांनी मानलेली नऊ सर्वनामे मानण्यास हरकत नाही.

सर्वनामांचे प्रकार

सर्वनामांचे प्रकार किती व कोणते मानावेत याबद्दलही व्याकरणकारांत मतभेद आहेत. दादोबा पांडुरंग यांनी पुरुषवाचक, दर्शक, संबंधी, प्रश्नार्थक व सामान्य असे पाच भेद मानले आहेत. चिपळूणकर व जोशी यांनी त्यातील सामान्य सर्वनामास विरोध करून चार भेद मानले. कोण व काय या सामान्य सर्वनामांचे स्वरूप

चिपळूणकर व जोशी यांना मान्य नाही. परंतु दामल्यांनी मात्र सामान्य सर्वनामास मान्यता दिली, पण त्यास सामान्य सर्वनाम न म्हणता 'अनिश्चित सर्वनाम' असे नाव दिले आणि आपण व स्वतः या आत्मवाचक सर्वनामांचा एक गट मानून त्यांनी सर्वनामांची विभागणी पुढीलप्रमाणे सहा गटांत केली –

१) पुरुषवाचक, २) आत्मवाचक, ३) दर्शक, ४) संबंधी, ५) प्रश्नार्थक, ६) अनिश्चित.

प्रा. मंगरूळकरांनी मात्र वेगळ्या प्रकारची विभागणी केली आहे. सर्वनामांच्या गुणवैशिष्ट्यांवरून व स्वरूपावरून त्यांनी सर्वनामांचे दोन प्रकार मानले आहेत, ते असे

१. मी – गण किंवा इष्टलिंग : या विभागात मी, तू, त्याचे अनेकवचन आम्ही, तुम्ही. तसेच आपण, स्वतः, कोण या सर्वनामांचा त्यांनी समावेश केला आहे. या सर्वनामांचे लिंग संपूर्णपणे संदर्भावर अवलंबून असते. ती नेहमी नामाबद्दलच येतात व त्यांना नामासारखी विभक्तिकार्ये होतात.

२. तो – गण किंवा सलिंग : या विभागात तो, हा, जो, या सर्वनामांचा त्यांनी समावेश केला आहे. यांना स्वतःचे लिंग असते. ही सर्वनामे कार्यदृष्टीने काहीशी विशेषणासारखी असतात.

सर्वनामांच्या प्रकारांचे स्पष्टीकरण

१. पुरुषवाचक सर्वनाम

वक्त्याच्या तसेच लेखकाच्या दृष्टीने एकंदर सृष्टीचे तीन भाग करता येतात. पहिला – वक्ता किंवा लेखक स्वतः, दुसरा – श्रोता किंवा वाचक. ज्याच्याशी वक्ता बोलतो किंवा लेखक ज्याच्यासाठी लिहितो तो; आणि तिसरा – ज्याच्या विषयी बोलले किंवा लिहिले जाते तो. सृष्टीची ही जी तीन स्वरूपे किंवा तीन अंगे त्यास व्याकरणात सर्वसाधारण 'पुरुष' ही संज्ञा आहे. याचाच अर्थ व्यक्तींच्या संदर्भात बोलताना वापरल्या जाणाऱ्या सर्वनामांना पुरुषवाचक सर्वनामे असे म्हणतात. ती तीन आहेत –

प्रथम पुरुष – मी, आपण

द्वितीय पुरुष – तू, आपण

तृतीय पुरुष – तो, हा, जो, कोण, काय

सर्व पुरुषवाचक – आपण, स्वतः

दामल्यांनी आम्ही, तुम्ही, ती, ते, ही, हे, जी, जे या सर्वनामांचा यात समावेश केला नाही; कारण ती मूळ सर्वनामांची अनेकवचनी किंवा इतरलिंगी रूपे आहेत. सर्वनामाच्या मूळ रूपालाच त्यांनी स्थान दिले आहे.

पुरुषवाचक सर्वनामांचे अर्थ व उपयोग

१. मी : प्रथम पुरुष, एकवचन, सर्वलिंगी असे सर्वनाम आहे. जेव्हा व्यक्ती स्वतः एकट्यासंबंधीने विधान करीत असताना या सर्वनामाचा उपयोग केला जातो.

२. आम्ही : प्रथम पुरुष, अनेकवचन व सर्वलिंगी सर्वनाम आहे. तथापि आम्ही म्हणजे 'मी'चे अनेकवचन नव्हे तर मी आणि माझ्या बरोबरीचे इतर असा त्याचा अर्थ आहे. 'आम्ही' हे सर्वनाम अनेकवचनी असले तरी काही वेळेला त्याचा 'मी' या अर्थाने एकवचनी उपयोग केला जातो. नियतकालिकाचे संपादक, मोठे अधिकारी, राजे लोक 'मी' या अर्थाने 'आम्ही'चा उपयोग करतात. उदा. आम्हास अशी बातमी मिळाली आहे, आम्ही स्वारीवर जाणार आहोत, आम्ही मुक्कामास येणार आहोत.

३. तू : द्वितीय पुरुष, एकवचन व सर्वलिंगी सर्वनाम आहे. एकाच व्यक्तीशी बोलत असताना तिला संबोधून बोलताना या सर्वनामाचा उपयोग केला जातो. परंतु काही वेळेला या सर्वनामामध्ये, हे सर्वनाम कुणाच्या संदर्भात वापरले गेले व कोणत्या भावनेने वापरले गेले त्यावरून आदर, भक्ती, मैत्री, प्रेम, तिरस्कार इत्यादी भावछटा निर्माण होतात. उदा. देवा, तू मला प्रसन्न हो, तू मला आवडतेस, तू हे काम कर, तुला अजिबात अक्कल नाही.

४. तुम्ही : द्वितीय पुरुष, अनेक वचन, सर्वलिंगी सर्वनाम आहे. या ठिकाणी 'तुम्ही' म्हणजे 'तू'चे अनेकवचन नव्हे तर 'तू व तुझ्याबरोबरीचे इतर' असा अर्थ होय. 'तुम्ही' हे अनेकवचनी सर्वनाम असले तरी एखाद्या व्यक्तीशी आदराने, शिष्टाचाराने बोलताना त्याचा एकवचनी उपयोग केला जातो. उदा. तुम्ही आमच्या घरी या, तुमच्यामुळे मला जगण्याची प्रेरणा मिळाली.

५. तो (ती, ते) : तृतीय पुरुष, एकवचन. लिंगभेदानुसार त्याची तो, ती, ते ही तीन रूपे होतात. या सर्वनामांमध्ये भिन्नभिन्न भावछटा आढळतात त्या अशा – अ) एकाच वस्तूविषयी बोलावयाचे असल्यास त्याविषयी, सर्व प्राणी, पदार्थ, त्यांचे धर्म यांच्याविषयी विधान करताना या सर्वनामाचा उपयोग होतो. ब) मोठ्या व दर्जाच्या मनुष्याविषयी तिरस्कार दाखवायाचा असता तो, ती या सर्वनामांचा उपयोग होतो. उदा. तो काय लायकीचा आहे, मला माहीत आहे. ती स्वत:ला समजते काय? क) ऐतिहासिक, पौराणिक व्यक्तीविषयी बोलताना आदरार्थी म्हणूनही या सर्वनामाचा उपयोग केला जातो. उदा. तो शिवाजी, ती मीराबाई, ती आई.

६. ते (त्या, ती) : तृतीय पुरुष, अनेकवचनी सर्वनाम आहे. लिंगभेदानुसार त्याची ते, त्या, ती अशी रूपे होतात. हे सर्वनाम अनेकवचनी असले तरी एखाद्या व्यक्तीविषयी आदरार्थी बोलताना या सर्वनामाचा एकवचनी उपयोग केला जातो. उदा. पं. नेहरू पंतप्रधान होते; ते महान होते. इंदिरा गांधी पंतप्रधान होत्या, त्या धूर्तपणाने राजकारण करीत.

७. आपण : आपण हे पुरुषवाचक सर्वनाम प्रथमपुरुषी व द्वितीयपुरुषी अनेकवचनी येते. तृतीयपुरुषी त्याचा सहसा वापर होत नाही.

उदा. आपण बुवा असे वागणार नाही. (प्र. पु.)

आपण माझ्याकडे केव्हा येणार? (द्वि. पु.)

मी, आम्ही, तू, तुम्ही या सर्वनामांऐवजी आपण या सर्वनामाचा उपयोग केला जातो. 'आपण' हे पुरुषवाचक सर्वनाम 'आपण' या आत्मवाचक सर्वनामापेक्षा भिन्न आहे. आत्मवाचक 'आपण' हे सर्वनाम इतर सर्वनामांबद्दल येते, ते परावलंबी असते तर पुरुषवाचक 'आपण' स्वतंत्र असते. उदा. तुम्ही आपण होऊन हे केले पाहिजे. (आत्म.) आपण हे करणार, आपण जा. (पुरुष.)

८. स्वतः : पुरुषवाचक सर्वनाम म्हणून याचा फारसा उपयोग होत नाही.

२. आत्मवाचक सर्वनामे

वाक्यार्थामध्ये पूर्वी येऊन गेलेल्या नामाबद्दल किंवा सर्वनामाबद्दल त्याच वाक्यात त्याचा अन्यव्यावृत्तिदर्शक उल्लेख करावयाचा असता जी सर्वनामे येतात, त्यांना आत्मवाचक सर्वनामे असे म्हणतात. ती दोन आहेत – आपण आणि स्वतः.

आपण : आत्मवाचक 'आपण' या सर्वनामास एकवचन व अनेकवचन आहे. (दामल्यांनी पुरुषवाचक सर्वनामास एकवचन नाही असे म्हटले आहे; परंतु ते योग्य नाही. पुरुषवाचक 'आपण'ला एकवचन आहे. उदा. आपण बुवा असे करणार नाही.) 'आपण' या पुरुषवाचक सर्वनामाचा कर्त्याच्या जागी उपयोग होतो; परंतु आत्मवाचक 'आपण' सर्वनामाचा तसा उपयोग होत नाही. आपण हे पुरुषवाचक सर्वनाम फक्त प्रथम पुरुषी व द्वितीय पुरुषी अनेकवचनी येते, पण आत्मवाचक 'आपण' मात्र तिन्ही पुरुषी व दोन्ही वचनी येते.

स्वतः : संस्कृतमधील 'स्व' या सर्वनामास 'तस्' हा प्रत्यय लागून हे सर्वनाम झाले आहे. 'स्वतः' याचा मराठीत क्रियाविशेषणाप्रमाणे उपयोग होत असला तरी ते सर्वनाम मानले जाते; कारण त्यास विभक्तिप्रत्यय लागतात. उदा. त्याने स्वतःलाच दोष दिला, ती स्वतःहून प्रेम करू लागली. मराठीत आपण या स्वतः या सर्वनामांचा कधी कधी एकत्रित उपयोग होतो. उदा. आम्ही स्वतः प्रचार केला, आपण स्वतःलाच विचारून पाहा.

३. दर्शक सर्वनामे

त्या सर्वनामाने जवळचा अथवा दूरचा धर्म किंवा धर्मी म्हणजे प्राणी अथवा पदार्थ दाखविला जातो त्यास दर्शक सर्वनामे असे म्हणतात. ती दोन आहेत – हा आणि तो. याची लिंगवचनाप्रमाणे रूपे होतात. ती म्हणजे हा, ही, हे; ती, ते.

हा (ही, हे) : जवळचा धर्म, धर्मी म्हणजे प्राणी किंवा पदार्थ दाखविण्यासाठी या सर्वनामाचा उपयोग केला जातो. उदा. हा माझा मुलगा आहे. ही वही कोणाची आहे? हे माझे पुस्तक आहे.

त्या नामाबद्दल 'हा' हे सर्वनाम योजावयाचे ते जर पूर्वी येऊन गेले असेल तर ते प्रथम योजून लगेच त्याच्यापुढे हे सर्वनाम लावतात. उदा. मंदा ही माझी पत्नी आहे. अमित हा माझा मुलगा आहे. विद्यापीठ हे ज्ञानाचे केंद्र असते.

अनेक नामांबद्दल काही सर्वसाधारण विधान करायचे असल्यास त्याबद्दल ही, हे या सर्वनामांचा उपयोग करतात. उदा. मंदा, कुंदा, नंदा, ही काल भेटून गेली. रामा, हरी, गोविंदा हे मात्र आले नाहीत.

'हा' हे सर्वनाम कधी कधी क्रियाविशेषणाप्रमाणे योजले जाते, तेव्हा 'आताच, लगेच' असा त्याचा अर्थ होतो. उदा. मंदा तू पुढे जा, हा मी आलोच.

तो (ती, ते) : लांबचा धर्म किंवा धर्मी म्हणजे प्राणी अथवा पदार्थ दाखविताना या सर्वनामाचा उपयोग करतात.

४. अनुसंबंधी सर्वनामे

जी सर्वनामे एकाच वाक्यात दोन नामांना जोडून येतात, त्यांना अनुसंबंधी सर्वनामे असे म्हणतात. त्यासंबंधी विशिष्ट नियम नाही. तथापि जो–तो, जी–ती, जे–ते या जोडीने ती येतात म्हणजे दामले म्हणतात त्याप्रमाणे, मराठी संबंधी सर्वनाम हे नेहमी 'तो' ह्या सर्वनामाशी संबंधित असते. वाक्यामध्ये संबंधी सर्वनाम प्रथम येते. त्यानंतर तो किंवा ती, ते येतात. उदा. जो प्रेम करतो तो कवी होतो. जी प्रेम करते ती दुःखी होते. जे उदासीन असतात ते अयशस्वी होतात.

अर्थात प्रत्येक वेळी संबंधी सर्वनाम येतेच असे नाही. केवळ अनुसंबंधी सर्वनामानेच काम भागते. जसे – गर्जेल तो पडेल काय? तळे राखी तो पाणी चाखी. मला हवे ते करीन. म्हणजे जो, जी, जे या संबंधी सर्वनामानंतर तो, ती, ते ही अनुसंबंधी सर्वनामे किंवा त्यांची विभक्त्यंत रूपे येतात; पण काही ठिकाणी केवळ अनुसंबधीच येतात. मात्र त्यांचा परस्पर संबंध अपेक्षित असतो. म्हणून दामले यांनी, "संबंधी सर्वनाम एकटे कधीच येत नाही, त्याच्या मागून त्याचे अनुसंबंधी आलेच पाहिजे", असे म्हटले आहे.

५. प्रश्नार्थक सर्वनामे

प्रश्न विचारण्याच्या कामी ज्या सर्वनामांचा उपयोग होतो, ती प्रश्नार्थक सर्वनामे होत. ती दोन आहेत – कोण आणि काय?

अ) कोण हे सर्वनाम प्राण्यासंबंधाने आणि विशेषेकरून मनुष्यासंबंधाने येते

आणि काय हे बहुधा सूक्ष्म किंवा क्षुद्र प्राणी, निर्जीव किंवा अमूर्त वस्तू ह्या संबंधाने येते. उदा. –

हे काम कोणी केले?

तिने पत्रात काय लिहिले आहे?

ब) विलक्षणपणा किंवा आश्चर्य दाखवावयाचे असता क्वचित कोण किंवा काय यांचा उपयोग केला जातो. जसे –

काय स्त्री आहे ही! कोण शहाणपणा हा!

क) एखाद्याबद्दल तुच्छता किंवा तिरस्कार दाखवावयाचा असता 'कोण' ह्याच्या जागी 'काय' योजतात. जसे –

हा काय शहाणा लागून गेला, माहिती आहे.

ड) पुरुष किंवा स्त्री ह्यांपैकी विशेषकरून कोणासंबंधाने प्रश्न करावयाचा आहे हे माहीत नसल्यास 'कोण' याचा नपुसकलिंगी प्रयोग होतो, उदा. कोण बोलले? हे कुणी लिहिले आहे?

इ) तिरस्कार किंवा तुच्छपणा दाखवावयाचा असल्यास 'कोण' या सर्वनामाचा उपयोग केला जातो. उदा. कोण काय करणार आहे माझे?

फ) 'कोण–कोण' अशा सर्वनामांनी दोन मनुष्यांमधील फरक किंवा अंतर व्यक्त होते. जसे – ती कोण, तू कोण याचा विचार कर.

ग) मनुष्याचे पृथक्त्व, अगणितत्व व तज्जन्य आश्चर्य दाखवावयाचे असता 'कोण' सर्वनामाची द्विरुक्ती केली जाते. जसे –

सभेस कोण कोण आले होते? पुष्कळजण आले होते. कोणाकोणाची म्हणून नावे सांगू?

च) 'काय' या सर्वनामाच्या द्विरुक्तीतूनही नानाविधता, अगणितता आश्चर्य व्यक्त होते. जसे – मी करू तरी काय काय? तू बाजारातून काय काय आणलेस?

ज) 'काय' या सर्वनामाचा काही वेळेला अव्ययासारखा उपयोग होतो, त्यावेळी प्रश्न, आश्चर्य किंवा असंभवता असा अर्थ व्यक्त होतो. उदा.–

तो गावाला गेला काय? (प्रश्न)

ती काय सुंदर आहे! (आश्चर्य)

तो काय करणार आहे. (असंभव)

६. अनिश्चित सर्वनामे

जेव्हा प्रश्नेतर वाक्यामध्ये कोण आणि काय या सर्वनामांनी कोणत्याही विशेष व्यक्तीचा किंवा पदार्थाचा बोध होत नाही तेव्हा त्यास अनिश्चित सर्वनामे म्हणतात. दादोबांनी यास सामान्य सर्वनामे असे म्हटले आहे. ती दोन आहेत – कोण आणि काय.

जसे : कोणालाही सांगा, काय सापडेल ते घे.

या सर्वनामांचा पुढीलप्रमाणे उपयोग होतो –

अ) जेव्हा स्त्री किंवा पुरुष ह्यांपैकी कोण विवक्षित आहे ह्याचा निश्चय नसतो तेव्हा 'कोणी' या रूपाचा वापर करतात. जसे –

कोणी म्हणतात असे करावे.

खाली कोण आले तर मला सांग.

ब) वैचित्र्य किंवा विविधता दाखविण्यासाठी यांचा उपयोग होतो. उदा.– कोणी दुष्ट तर कोणी कपटी!

कोणी प्रेमळ असते तर कोणी कपटी!

क) 'काय' हे सर्वनाम 'काही' या अर्थाने येते.

कोण काय म्हणतो ते म्हणू दे.

ड) संबंधी किंवा अनुसंबंधी सर्वनामासारखाही याचा उपयोग होतो.

ती काय वाटेल ते म्हणते.

तो जे काय म्हणेल ते खरे असते.

सर्वनामोत्पन्न सर्वनामे

मूळ सर्वनामांना काही प्रत्यय लागून सर्वनामांची काही रूपे होतात, त्यांचा दादोबांनी एक स्वतंत्र प्रकार मानून त्यास सर्वनामोत्पन्न सर्वनामे असे नाव दिले आहे. परंतु दामले, चिपळूणकर यांच्या मते असा स्वतंत्र प्रकार मानण्याची गरज नाही. दादोबांनी मानलेली सर्वनामे अशी –

हा – असा, असला, इतका, एवढा

जो – जसा, जितका, जेवढा

तो – तसा, तसला, तेवढा

याशिवाय फलाणा, भलता, कित्येक, काहीएक यांचाही त्यांनी यात समावेश केला आहे.

❑

विशेषण

विशेषणाचे स्वरूप व व्याख्या

विशेषण ही विकारी शब्दजाती आहे. विशेषणांना स्वतःचा स्वतंत्र अर्थ असला तरी सर्वनामांप्रमाणे ती नामाच्या संदर्भात येतात. नामाची माहिती, गुण दाखविण्याचे कार्य विशेषणे करतात, म्हणून चिपळूणकरांनी विशेषणाची व्याख्या करताना म्हटले आहे, ''ज्या प्रातिपदिकाचा अन्वय दुसऱ्या प्रातिपदिकाशी होतो त्या प्रातिपदिकास विशेषण असे म्हणतात.'' या व्याख्येत विशेषणाचे कार्य दाखविले आहे, लक्षण नाही. म्हणून विशेषणाची ही व्याख्या समर्पक वाटत नाही. ''पदार्थाचा गुण दाखविणारा जो शब्द, तो विशेषण'' ही जुनी व्याख्या सामान्यनामे व भाववाचक नामे यांनाही लागू पडत असल्याने मान्य करता येत नाही. त्या दृष्टीने कृ. पां. कुलकर्णी यांची व्याख्या समर्पक वाटते. त्यांच्या मते, ''गुणांचा दर्शक असे जे शब्द किंवा वस्तूंच्या विशेष्यांचे जे दर्शक शब्द त्यांना 'विशेषणे' असे व्याकरणात म्हणतात.''

दामल्यांनी ''जो विकारी शब्द नामाची व्याप्ती मर्यादित करतो त्यास विशेषण असे म्हणतात'', असे म्हटले आहे. उदा. पांढरा, लाल, एक, दोन. अशी केलेली व्याख्या विशेषणाच्या एका लक्षणाचा निर्देश करते, पण विशेषण नामाची व्याप्ती मर्यादित करते. त्याप्रमाणे नामाबद्दल कोणती तरी माहिती सांगते, त्याचा गुण दाखविते. दामल्यांनी त्यांकडे दुर्लक्ष केले आहे. म्हणून विशेषणांच्या महत्त्वाच्या लक्षणांचा अंतर्भाव असलेली व्याख्या म्हणून ग. ह. केळकरांच्या व्याख्येचा उल्लेख करता येईल. त्यांच्या मते, ''नामाचा गुण दाखवून त्याच्या अर्थाची व्याप्ती मर्यादित करणारा जो सविकारी शब्द त्याला विशेषण म्हणतात.'' या व्याख्येत विशेषणांचे प्रमुख गुणधर्म व लक्षणे अंतर्भूत असल्याने ही व्याख्या संयुक्तिक वाटते.

विशेषणाची वैशिष्ट्ये

विशेषणाच्या ज्या विविध व्याख्या आढळतात त्यांवरून विशेषणाची पुढील वैशिष्ट्ये दिसून येतात –

१) विशेषण हे नामाचा कोणता तरी गुणधर्म दाखविते. उदा.– उंच मुलगा, सुंदर मुलगी.

२) सर्वच नसल्या तरी काही विशेषणांना स्वतःचा स्वतंत्र अर्थ आहे. उदा. आंबट, गोड, प्रेमळ, शहाणा; परंतु हा, तो, आमचा, सारख्या विशेषणांना स्वतंत्र अर्थ नाही, शिवाय ते कोणताही गुणधर्म दाखवित नाहीत.

३) विशेषणांचा स्वतंत्रपणे सहसा उपयोग होत नाही. ती नामांच्या संदर्भातच येतात; त्यामुळे नामांच्या – विशेष्याच्या – लिंग, वचनाप्रमाणे त्यांना विकार होतात.

४) विशेषणे गुणधर्म दाखवीत असली तरी भाववाचक नामांपेक्षा त्यांचे स्वरूप वेगळे असते. भाववाचक नामे ही स्वतंत्र शब्दजाती आहे. विशेषणे ही सर्वनामांप्रमाणे परावलंबी असतात, ती नामांच्या जोडीने येतात.

५) विशेषण ही विकारी शब्दजाती आहे; कारण तिला लिंग, वचन व विभक्ती प्रसंगी हे विकार होतात.

६) विशेषणे ही नामाबद्दल कोणती तरी माहिती सांगतात व त्याची व्याप्ती मर्यादित करतात.

७) नामाच्या म्हणजे विशेष्याच्या लिंग, वचन याप्रमाणे त्याची रूपे होतात. तथापि काही विशेषणे सर्वलिंगी, सर्ववचनी समानही राहतात. उदा. उंच मुलगा, प्रेमळ प्रेयसी, उंच मुलगी, प्रेमळ मुली अथवा प्रेमळ मुले.

८) दामले म्हणतात त्याप्रमाणे "विशेषणांचे अंगी धर्मिदर्शकत्वापेक्षा धर्मदर्शकत्व अधिक आहे." म्हणजे विशेषणे ही वस्तूचा निर्देश करण्यापेक्षा वस्तुगुणाचा निर्देश अधिक करतात.

९) प्रा. मंगरूळकरांनी विशेषणाची चर्चा करताना म्हटले आहे, "सर्व विशेषणे विकारसह नसतात. अर्थात रूपतः काही विशेषणे अव्यय वर्गात जातात. मात्र काही विशेषणांना विकार होता, अर्थात ती विकारसह असतात." उदा. शुभ्र गाय (विकार नाही), पांढरी गाय (विकार आहे.)

विशेषणाचे प्रकार

अ) विशेषणाची योजना किंवा उपयोग यावरून विशेषणांचे अधिविशेषण व विधिविशेषण असे दोन प्रकार मानले आहेत.

अधिविशेषण : विशेष्याच्या पूर्वी म्हणजे अगोदर जे विशेषण येते त्यास अधिविशेषण असे म्हणतात. उदा. मंदा ही हुषार मुलगी आहे.

विधिविशेषण : विशेष्याच्या नंतर येणाऱ्या विशेषणास विधिविशेषण असे

म्हणतात. उदा. मंदा सुंदर व बुद्धिमान आहे.

अधिविशेषण व विधिविशेषण यांमध्ये स्थानभेद आहे त्याप्रमाणे अर्थभेदही. अधिविशेषण हे विशेष्याच्या अगोदर येते तर विधिविशेषण हे विशेष्याच्या नंतर. उदा. हुशार मंदा, मंदा हुशार. अधिविशेषण हे विशेष्याची व्याप्ती मर्यादित करते तर विधिविशेषण विशेष्याची व्याप्ती मर्यादित न करता त्याविषयी कोणतीतरी माहिति सांगते किंवा विशेष्याचा गुण सांगते.

ब) प्रा. मंगरूळकरांनी विशेषणाचे प्रकार त्यांना होणाऱ्या विकारानुसार मानले आहेत. त्यांच्या मते विशेषणाचे १) विकारसह २) विकारासह असे दोन भेद मानावेत.

विकारसह : ज्या विशेषणांना लिंगवचन प्रत्यय लागतात त्यांना त्यांनी विकारसह विशेषणे असे म्हटले आहे. उदा. पांढरा बैल, पांढरी गाय. अशा विशेषणांना त्यांनी 'पांढर गण' असे म्हटले आहे.

विकारासह : ज्या विशेषणांना लिंगवचन विकार होत नाहीत, जी नेहमी अविकृत राहतात त्यांना त्यांनी 'गोड गण' किंवा विकारासह विशेषणे म्हटले आहे उदा. गोड आंबा, गोड मुलगी.

प्रा. मंगरूळकरांनी वेगळ्या दृष्टीने विशेषणाची केलेली ही विभागणी तात्त्विकदृष्ट्या योग्य आहे.

क) प्रा. कृ. पां. कुलकर्णी यांनी व्युत्पत्तीच्या आधारे विशेषणाचे सिद्ध व साधित असे दोन प्रकार मानले आहेत.

सिद्ध : जी विशेषणे मूळचीच असतात म्हणजे दुसऱ्या शब्दांपासून निर्माण झालेली नसतात ती सिद्ध होत. उदा. उंच, लहान, थोडा, लाल, पिवळा.

साधित : जी विशेषणे इतर शब्दांपासून म्हणजे नाम किंवा कृदन्त यांच्या पासून निर्माण झालेली असतात त्यांना साधित असे म्हणतात. उदा. मानवी, गाणारा, रागावणारी, फुललेले.

स्थलवाचक, कालवाचक, क्रियाविशेषणे, शब्दयोगी अव्यये यांच्यापासूनही काहीवेळा साधित विशेषणे निर्माण होतात. उदा. माझ्यासारखा मुलगा, तिच्या सारखी बायको, खालचे घर, वरचा देव.

षष्ठी विभक्तीला विभक्तिव्यवस्थेत स्थान दिले नाही तर तिचा विशेषणात अंतर्भाव करावा लागेल. डॉ. गोविलकरांनी तिला 'संबंधी विशेषणे' असे नाव दिले आहे. षठ्यान्त रूपांना विशेषणात स्थान दिले तर साधित विशेषणचाच तो एक प्रकार ठरेल. उदा. आमचा मुलगा, घराचे दार, राजाची प्रेयसी.

ड) विशेषणाचे स्वरूप व गुणधर्म यांच्या आधारे मराठीत विशेषणाचे गुणविशेषणे, संख्याविशेषणे व सर्वनामिक विशेषणे असे मुख्य तीन प्रकार परंपरेने मानण्यात आले आहेत.

गुणविशेषणे : ज्या विशेषणांनी वस्तूच्या गुणांसंबंधी बोध होतो त्या विशेषणांना गुणविशेषणे असे म्हणतात. उदा. चांगला, वाईट, सुंदर, लाल.

ही विशेषणे विशेष्याचा गुणधर्म सांगातात व ती विशेष्याच्या लिंगवचनाप्रमाणे विकार पावतात. उदा. चांगला मुलगा, चांगली मुलगी, चांगले भाषण. परंतु काही गुणविशेषणे मात्र अविकृत राहतात. म्हणजे त्यांचे रूप विशेषणाच्या लिंग वचनाप्रमाणे बनत नाही. उदा. सुंदर मुलगा, सुंदर मुलगी, सुंदर फुले.

संख्याविशेषणे : ज्या संख्यावाचक शब्दांचा विशेष्याची – नामांची – कोणत्यातरी प्रकारची माहिती सांगण्यासाठी उपयोग केला जातो त्यांना संख्यावाचक विशेषणे असे म्हणतात. उदा. चार मुले, पहिले पंतप्रधान, दुसरे पारितोषिक.

संख्यावाचक विशेषणामुळे नामाच्या गुणधर्माचा बोध होत नाही तर नामांबद्दल कोणत्यातरी प्रकारची माहिती मिळते. कृ. पां. कुलकर्णी यांनी म्हटल्याप्रमाणे, ''संख्यावाचक शब्द वाक्यामध्ये नामाच्या अर्थाला निश्चिती आणतो व मर्यादा घालतो... ही विशेषणे नामाचे क्षेत्र निश्चित करतात.'' तर दामल्यांच्या मते, ''न्यायदृष्टीने गुण व संख्या एकच आहे. या अर्थाने संख्या हीसुद्धा गुणदर्शकच ठरते.'' म्हणजे संख्यावाचक शब्द त्यांच्याठायी विशेषणांचे गुणधर्म आढळत असल्याने विशेषणे ठरतात. म. पां. सबनीसांनी संख्यावाचक विशेषणाची समर्पक व्याख्या केली आहे. त्यांच्या मते, ''ज्या विशेषणांपासून संख्यावाचक गुणांचा बोध होतो, त्या विशेषणास संख्याविशेषण असे म्हणतात.''

संख्यावाचक विशेषणांचा वेगवेगळ्या पद्धतींनी उपयोग होतो त्यावरून दामले यांनी याचे पाच उपप्रकार मानले आहेत, ते असे –

अ) संख्यावाचक : या विशेषणांनी वस्तूच्या गणनेचा म्हणजे गणतीचा, संख्येचा बोध होतो. उदा. एक, पाच, शंभर, हे पूर्णांकवाचक शब्द; पाव, अर्धा, अडीच, हे अपूर्णांकवाचक शब्द; दोघे, तिघे, पाची, साती, हे साकल्यवाचक शब्द.

ब) क्रमवाचक : या विशेषणांनी वस्तूंच्या क्रमावर व्यवस्थेचा बोध होऊन, त्या व्यवस्थेत त्यात कितवे स्थान आहे हे समजते. उदा. पहिला, पाचवा, शंभरावा.

क) आवृत्तिवाचक : पूर्णांकापासून तयार होऊन वस्तूची आवृत्ती कितवी हे या विशेषणांपासून कळते, किंवा गुणितार्थ कळतो. उदा. दुप्पट, चौपट, शंभरपट, दुहेरी, तिहेरी, चौपदरी, चौघडी, द्विगुण, शतगुण.

ड) पृथकत्ववाचक : या विशेषणांनी प्रत्येकाचा पृथक पृथक बोध होतो. उदा. हरएक, प्रत्येक, दररोज, दरमाणसी, प्रतिक्षणी.

इ) अनिश्चित : या विशेषणांनी निश्चित संख्येचा बोध होत नाही; परंतु संख्यात्मकतेचा बोध होतो. उदा. थोडा, फार, सर्व, इतर, सारा.

सार्वनामिक विशेषणे

सर्वनाम किंवा सर्वनामसाधित शब्द हे नामाविषयी काहीवेळा माहिती देण्यासाठी येतात, तेव्हा त्यांचा विशेषणासारखा उपयोग होतो म्हणून म. पां. सबनीसांनी म्हटले आहे, ''सर्वनामांसारखा दिसणारा शब्द नामामागे येऊन त्याने नामाची वस्तू कशी आहे असे दाखविले तर त्या शब्दांस सार्वनामिक विशेषणे असे म्हणतात.'' जसे – तो मुलगा, त्याची मुलगी, तिचा प्रियकर.

काही वेळा सर्वनामे जशीच्या तशीच (मूळ अविकृत रूपासह) येतात तर काही वेळेस त्या सर्वनामांची रूपे (विकृत रूपासह) येतात व ती विशेषणे बनतात. उदा. तो मुलगा (अविकृत), त्याचा मुलगा (विकृत) म्हणून दामले यांनी म्हटले आहे, ''मूळ सर्वनामेच जशीच्या तशीच नामांच्या पाठीमागे येऊन विशेषणे होतात ती, आणि सर्वनामास काही प्रत्यय लागून तयार होतात ती सार्वनामिक विशेषण होत. यापैकी पहिल्यास सार्वनामिक किंवा सर्वनाम विशेषणे व दुसऱ्यास सार्वनामसाधित किंवा सर्वनामसाधित विशेषणे म्हणावे. या दोन प्रकारांमध्ये उपयोगदृष्ट्या मोठा फरक असा आहे की, पहिली म्हणजे सर्वनामविशेषणे ही फक्त अधिविशेषणे होतात, विधिविशेषणे कधीच होत नाहीत. परंतु सर्वनामसाधित विशेषणे ही इतर सर्व विशेषणांप्रमाणे 'अधि' किंवा 'विधी' या दोन्ही तऱ्हांनी वाक्यांमध्ये उपयोगात येतात. उदा. हे त्याचे पुस्तक आहे, हे पुस्तक त्याचे आहे.

असला–तसला, जसा–तसा, जितके–तितके, कोण, काय, कसा या विविध सर्वनामांचा व त्यापासून बनलेल्या शब्दांचाही विशेषणांसारखा उपयोग होतो. उदा.– असला नवरा नको गं बाई! तसले पुस्तक वाचू नये. कोण शहाणा असा वागेल? कोणता नवरा पाहिजे? बायको कशी असावी?

❑

धातू किंवा क्रिया

शब्दजातीतील एक महत्त्वाची शब्दजाती म्हणजे धातू. मराठी व्याकरणात 'क्रियापद' या नावानेच धातूचा उल्लेख केला जातो. परंतु 'क्रियापद' हे 'पद' असते, 'शब्द' नव्हे. मूळ शब्दजाती धातू असून तिला काही विकार होऊन जे रूप तयार होते ते 'क्रियापद' होय. अर्थात धातूचा विचार क्रियापदाच्या संदर्भातच करावा लागतो हे खरे.

चिपळूणकरांनी "ज्या शब्दांपासून कालगत क्रियेचा बोध होतो त्या शब्दांस क्रियापदे म्हणतात. क्रियापदाचे मूलभूत जे शब्द म्हणजे ज्या शब्दांस प्रत्यय लागून क्रियापदे होतात त्या मूलभूत शब्दांस धातू म्हणतात" असे म्हटले आहे. परंतु 'तो राजा आहे' या वाक्यात 'आहे' हे क्रियापद असून ही तो शब्द क्रिया दाखवीत नाही. त्यामुळे क्रिया दाखविणे हे क्रियापदाचे एकमेव लक्षण ठरत नाही. इंग्रजीत verb हा शब्द धातू व क्रियापद या दोन्ही अर्थांनी वापरला जातो; परंतु मराठीत धातू ही 'शब्दजाती' आहे तर क्रियापद हे 'पद' आहे. मराठी व्याकरणकारांनी क्रियापदाची व्याख्या केली तशी धातूची केली नाही आणि ज्यांनी केली ती क्रियापदावरून. धातू ही क्रियादर्शक शब्दजाती आहे. तिला काही विकार होऊन क्रियापदाचे रूप तयार होते म्हणून क्रियापदाच्या संदर्भातच धातूचा विचार केला जातो.

क्रियापदाच्या पुढील व्याख्या आढळतात –

१) "जे प्रातिपदिक धातुशब्दापासून बनून प्रत्यक्षतः क्रिया दाखविते व काळ व अर्थ या विकारास पात्र असते त्या प्रातिपदिकास क्रियापद असे म्हणावे."

– म. पां. सबनीस

२) "ज्या शब्दांपासून कालगत क्रियेचा बोध होतो, त्या शब्दांस क्रियापदे म्हणतात. क्रियापदाचे मूलभूत जे शब्द म्हणजे ज्या शब्दांस प्रत्यय लागून क्रियापदे होतात, त्या मूलभूत शब्दांस धातू म्हणतात."

– कृष्णशास्त्री चिपळूणकर

३) "क्रियापद म्हणजे ज्या विकारी शब्दाच्या योगाने एखाद्या वस्तूविषयी

काहीतरी पूर्णपणे सांगता येते तो शब्द... क्रियावाचक मूळ शब्दांना धातू असे म्हणतात.''

– ग. ह. केळकर

४) ''वाक्यामध्ये सांगितलेली पूर्ण क्रिया दाखविणारा जो शब्द तो क्रियापद होय. वाक्यातील हा शब्द त्याच्या मूळ क्रियादर्शक धातूला (काळ, अर्थ, पुरुष लिंग व वचन ह्यांचे) प्रत्यय लागून बनलेला असतो.''

– कृ. पां. कुलकर्णी

५) वाक्यातील ज्या क्रियावाचक विकारी शब्दाने वाक्यार्थास पूर्णता येते, आणि वक्त्याच्या दृष्टीने त्या क्रियेच्या आख्याताचा म्हणजे काळाचा किंवा काही विशेष अर्थाचा बोध होतो त्यास क्रियापद असे म्हणतात... ज्या मूळ शब्दास काही विकार होऊन म्हणजे त्यास काही प्रत्यय लागून क्रियापद बनते त्यास धातू किंवा क्रिया असे म्हणतात.''

– मो. के. दामले

या व्याख्यांतून धातू व क्रियापद यांचे स्वरूप स्पष्ट होते.

धातूची वैशिष्ट्ये

१) धातू म्हणजे क्रियावाचक मूळ शब्द.

२) धातू ही शब्दजाती विकारी आहे. तिला लिंग, वचन, पुरुष, काळ व अर्थ असे पाच प्रकारचे विकार होतात.

३) धातूस विकार होऊन जे रूप तयार होते ते क्रियापद होय.

४) धातू ही क्रियादर्शक शब्दजाती असली तर प्रत्येक धातू क्रिया दाखवितोच असे नाही. काही धातू क्रियादर्शक असतात तर काही धातू सत्तादर्शक, स्थितिदर्शक, स्थित्यंतरदर्शक असतात. उदा. खा, पी, वाच, पळ (क्रियादर्शक). तो हुशार आहे, तो राजा झाला, ती दुर्दैवी आहे, सोने पिवळे असते या वाक्यांतील 'अस्', 'हो' धातू सत्तादर्शक, स्थितिदर्शक आहेत.

५) धातूपासून बनलेली क्रियापदे वाक्यातील क्रिया दाखवितात, काळाचा किंवा अर्थाचा बोध करतात, तसेच वाक्यास, विधानास पूर्णता आणतात. म्हणून मो. के. दामले यांनी म्हटले आहे, ''क्रियापदाचे लक्षणात क्रियाबोधकत्व आणि कालबोधकत्व या दोनच धर्मांचा आतापर्यंत उल्लेख करण्यात येतो, परंतु या दोनच धर्मांनी क्रियापदाची व्याख्या पुरी होत नाही... वाक्यपूरकत्व या एका अधिक लक्षणाची आवश्यकता आहे.''

६) धातू ही शब्दजाती महत्त्वाची आहे; कारण त्यापासून बनलेल्या क्रियापदामुळेच वाक्य पूर्ण बनते. वाक्यास अर्थ प्राप्त होतो.

धातूंचे वर्गीकरण

धातूंचे वर्गीकरण अर्थ, व्युत्पत्ती व उपयोग या तीन तत्त्वांच्या आधारे केले जाते. त्यावरून धातूंचे प्रकार पुढीलप्रमाणे तीन मानले जातात.

१) अर्थावरून – सकर्मक, अकर्मक व अकर्तृक

२) व्युत्पत्तीवरून – सिद्ध व साधित

३) उपयोगावरून – सहाय्य, शक्य व प्रयोजक

यातील उपयोगावरून मानण्यात येणाऱ्या धातूंचा व्युत्पत्ती गटातील साधित प्रकारात समावेश करायला हरकत नाही. कारण त्यातील धातू मूळ नसून, ते मुळात असणाऱ्या सिद्ध धातूपासूनच झालेले असतात.

अर्थावरून : सकर्मक व अकर्मक

काही धातू असे असतात की, त्यांपासून दाखविली जाणारी क्रिया केवळ कर्त्याच्या बाबतीत संभवते तर काही धातुदर्शित क्रिया कर्त्याबरोबर कर्माच्या बाबतीतही संभवते. "धातूने दाखविली जाणारी क्रिया कर्त्यापासून निघते व ज्या दुसऱ्या कोणावर किंवा कशावर तिचा परिणाम घडतो किंवा निदान ज्याकडे तिचा रोख किंवा कल असतो त्यास त्या क्रियेचे कर्म म्हणतात. जसे, रामाने रावणास मारले... मारण्याची क्रिया 'राम' या कर्त्यापासून निघून तिचा परिणाम रावणावर – कर्मावर – घडला आहे. तसेच 'तो चित्र पाहतो' या वाक्यात 'पाहणे' ही क्रिया 'तो' या कर्त्यापासून निघाली असून तिचा रोख किंवा कल चित्राकडे आहे" या शब्दांत दामल्यांनी सकर्मक धातूचे स्पष्टीकरण केले आहे व म्हटले आहे, "ज्या धातूंस कर्म असते ते सकर्मक आणि ज्या धातूंस कर्म नसते अकर्मक होत... क्रियादर्शक असून जे धातू अकर्मक आहेत अकर्मक आहेत त्यास अकर्मक म्हणण्याचे कारण असे की, त्यांनी दाखविली जाणारी क्रिया कर्त्याच्याच ठायी परिणत होते म्हणजे तिचा परिणाम दुसऱ्या कोणावर किंवा कशावर घडत नाही अथवा तिचा रोखही दुसऱ्याकडे असत नाही. कोळसा काळा असतो, तो मेला, तो राजा झाला इत्यादी वाक्यांतील आहे, अस, मर, हो, हे धातू क्रियादर्शक नाहीत म्हणूनल ते अकर्मक होत."

प्रा. मंगळूरकरांनी हाच विचार वेगळ्या व चिकित्सक पद्धतीने मांडला आहे. त्यांच्या मते, "ज्या धातूचा अर्थ एखाद्या वस्तूच्या ठिकाणी उगम पावतो आणि त्याच वस्तूला विषय करतो, तो धातू अकर्मक आणि ज्या धातूचा अर्थ एखाद्या वस्तूच्या ठिकाणी उगम पावून दुसऱ्या वस्तूला विषय करतो तो धातू सकर्मक. म्हणजेच असे की, धातूच्या अर्थाचा आश्रय आणि विषय हे अभिन्न असतील तर तो धातू अकर्मक आणि धातूच्या अर्थाचा आश्रय आणि विषय हे

भिन्न असतील तर तो धातू सकर्मक.'' हे मत दामले यांच्या मताशी जुळणारे आहे.

परंतु जोशी व खेर यांच्या उदाहरणांचा व विचारांचा दामले यांनी घेतलेला परामर्श चिंत्य आहे. जोशी आणि खेर यांनी इंग्रजी व्याकरणाचा आधार घेऊन 'मला तुझे करणे रुचत नाही,' 'विष्णूस भक्ती आवडते,' 'देवाला सर्व दिसते' या वाक्यांत मला, विष्णू, देव हे कर्ते असून करणे, भक्ती, सर्व ही कर्मे आहेत, म्हणून रुच, आवड, दिस इत्यादी धातू सकर्मक आहेत असे प्रतिपादन केले आहे. दामल्यांना हे मत मान्य नसल्याने त्यांनी म्हटले आहे, ''इंग्रजीचा फाजील संस्कार झाल्याने मराठीत हे धातू सकर्मक वाटतात; परंतु ते अकर्मक आहेत. वरील उदाहरणांतील आवड, दिस, रुच हे धातू भक्ती, सर्व, करणे या शब्दांच्या संदर्भात आल्याने वरील वाक्यांतील क्रियापदांचे मी, विष्णू, देव हे कर्ते नसून तुझे करणे, भक्ती, सर्व हे त्यांचे कर्ते होत. या वाक्यांत कर्मणीप्रयोग नसून केवळ अकर्मक कर्तरीप्रयोग आहे.'' दामले यांचे हे मत विवादास्पद वाटते; कारण वरील वाक्यांतील क्रिया या मी (मला), विष्णू (विष्णूस), देव (देवाला) या नामांच्या बाबतीत घडत असल्याने ते कर्ते ठरतात. तुझे करणे, भक्ती, सर्व या शब्दांना कर्ते म्हणणे अवघड आहे.

द्विकर्मक धातू

काही व्याकरणकारांनी 'द्विकर्मक धातू' असा एक प्रकार मानला आहे, तोही वादग्रस्त वाटतो. काही धातूंना दोन कर्मे असतात. उदा. मी सतार आणि सनई ऐकली. या वाक्यात दोन कर्मे असली तरी 'ऐक' हा धातू द्विकर्मक म्हणता येणार नाही. तसे म्हणावयाचे झाले तर त्रिकर्मक, दशकर्मक इत्यादीही प्रकार मानावे लागतील. असे मानणे हे उघडच असंयुक्तिक आहे असे प्रा. मंगरूळकरांनी म्हटले आहे ते योग्य आहे. परंतु त्यांनीच 'शिक्षक विद्यार्थ्यांना प्रश्न विचारतो' या वाक्यात विद्यार्थी व प्रश्न ही दोन कर्मे असल्याने येथे धातू द्विकर्मक आहे असे मत मांडले आहे आणि कृ. पां. कुलकर्णी यांनीही 'गुरुजी मुलांना इतिहास शिकवितात' या वाक्यात इतिहास हे प्रत्यक्ष कर्म व मुलांना हे अप्रत्यक्ष कर्म होय असे म्हणून द्विकर्मक धातूचे प्रतिपादन केले आहे.

मंगरूळकर व कुलकर्णी यांनी द्विकर्मक धातूचा मांडलेला विचार वादाचा आहे. या दोघांनाही चतुर्थीचा, संप्रदानाचा अर्थ (क्रियेचा रोख, दिशा) मान्य नाही. कुलकर्णी यांनी 'अध्यक्ष विद्यार्थ्यांना बक्षिसे देतात' या वाक्यातील 'विद्यार्थ्यांना' ही संप्रदानार्थी चतुर्थी म्हणता येणे शक्य आहे हे मान्य केले आहे; परंतु 'गुरुजी मुलांना इतिहास शिकवितात' या वाक्यातील 'मुलांना' शब्दाची संप्रदानार्थी चतुर्थी मानण्यास

विरोध केला आहे, यात त्यांची विसंगती दिसते. 'विद्यार्थ्यांना' व 'मुलांना' यांना लागलेले प्रत्यय हे द्वितीयेचे नसून चतुर्थीचे आहेत आणि अर्थही संप्रदानाचा आहे. प्रा. मंगरूळकरांनी चतुर्थी न मानल्याने त्यांनी द्वितीयेच्या आधारे कर्म मानावे हे स्वाभाविक आहे. तथापि द्विकर्मक धातूची त्या दोघांची कल्पना स्वीकारणे अवघड आहे. वरील उदाहरणांतील रूपे ही संप्रदानार्थी चतुर्थीची आहेत, कर्मार्थी द्वितीयेची नाहीत. शिवाय क्रियापदे कर्मणी वाक्याची आहेत हे स्पष्ट आहेत आणि कर्मणीप्रयोगात कर्म प्रथमेत असते हे सर्वमान्य मत आहे. म्हणून विद्यार्थ्यांना, मुलांना ही रूपे कर्म कशी? हा प्रश्न उपस्थित होतो. वाक्यात एकच कर्ता असतो व कर्मही एकच असते असे आम्हास वाटते. मग कर्तृस्थानी कर्ता म्हणून कितीही शब्द येवोत आणि कर्मस्थानी कर्म म्हणून कितीही शब्द येवोत, त्यामुळे द्विकर्मक धातू असा प्रकार मानण्याची आवश्यकता वाटत नाही. ज्या धातूंना दोन कर्मांची आवश्यकता असते असे धातू नाहीत. धातू दोन कर्मांसाठी येतात हा भाग वेगळा. ते धातूचे खास वैशिष्ट्य नव्हे.

उभयविध धातू

काही धातूंचा सकर्मक व अकर्मक असा दोन्ही प्रकारे उपयोग होतो, म्हणून त्यांस 'उभयविध' म्हणण्याची चाल आहे. जसे – तो घर मोडतो, त्याचे घर मोडले, त्याने घर उघडले, त्याच्या घराचे दार उघडले. "अशा धातूंचा वेगळा वर्ग करण्यापासून व्याकरणास फारसा उपयोग नाही. जेव्हा त्यांचा सकर्मक म्हणून उपयोग होतो तेव्हा त्यास सकर्मक म्हणावे आणि जेव्हा त्यांचा अकर्मक म्हणून उपयोग होत असेल तेव्हा त्यांस अकर्मक म्हणावे." असे दामल्यांनी मत मांडले आहे तर प्रा. मंगरूळकरांच्या मते, "एकच धातू दोन जातींत जातो असे म्हणणे बरोबर नाही. वस्तुतः ते दोन स्वतंत्र धातू आहेत. एक एका अकर्मक जातीतला तर दुसरा दुसऱ्या सकर्मक जातीतला. नामाचे लिंग ज्याप्रमाणे वक्ता बदलू शकत नाही, त्याचप्रमाणे धातूची जातीही तो बदलू शकत नाही."

याचा अर्थ काही धातूंचा सकर्मक व अकर्मक या दोन्ही अर्थी उपयोग होतो हे दामले व मंगरूळकर या दोघांनाही मान्य आहे आणि त्यांच्यासाठी धातूंचा वेगळा गट नको या बाबतीतही एकमत आहे. वास्तविक पाहता कर्मावरून सकर्मक व अकर्मक असे भेद मानले असताना उभयविध असा एक भेद मानावयास हरकत नसावी. काही धातू सकर्मकच असतात, काही धातू अकर्मकच असतात त्याप्रमाणे काही धातूच उभयविध असतात; त्यामुळे अशा धातूंचा एक वेगळा गुणधर्म असल्याने त्यांचा वेगळा प्रकार मानण्यास हरकत नसावी.

अकर्मक धातू

धातुविचारातील हा एक वादग्रस्त प्रकार आहे. वास्तविक पाहता कोणतीही क्रिया कर्त्यावाचून घडत नाही; परंतु चिपळूणकरांनी म्हटले आहे, "प्रत्येक धातूस कर्म असते असा जसा नियम नाही तसा प्रत्येक धातूस कर्ता असतोच असा नियम म्हणता येत नाही. जसे – उजाडते, मळमळते. या धातूंच्या पोटात कर्ता व क्रिया या दोहोंचाही समावेश झाल्यामुळे त्यास कर्तृपदाची अपेक्षा लागत नाही... अशा क्रियापदांस अकर्तृक क्रियापदे असे म्हणावे. कोणतीही गोष्ट स्तः आपणास आपण कारण होत नाही व आपली आपण अधिष्ठान असत नाही, तेव्हा क्रियेचा अर्थच क्रियापदाचा कर्ता हे संभवत नसल्यामुळे भावकर्तृक संज्ञा क्रियापदास सभवा नाही हे उघडच आहे... अकर्मक हे विशेषण आम्ही क्रियेस लावीत नाही तर क्रियापदास लावतो व त्याचा अर्थ त्या क्रियापदास कर्तृपद निराळे लागत नाही ते असा समजावयाचा. अकर्तृक क्रियापदे मराठत मात्र आहेत, संस्कृत भाषेत नाहीत." दादोबा पांडुरंगानी अशा क्रियापदांना 'भावकर्तृक' म्हटले आहे; कारण "क्रियापदातील भाव हाच कर्ता असतो." परंतु चिपळूणकरांच्या मते भाव हा कर्ता नसतो तर या धातूंनाच कर्ता नसतो, म्हणून त्यांनी भावकर्तृकापेक्षा अशा धातूंना 'अकर्तृक' म्हणणे योग्य असे प्रतिपादन केले आहे.

कृ. पां. कुलकर्णी यांना भावकर्तृक ही संज्ञा मान्य असावी असे वाटते; कारण त्यांनी म्हटले आहे, "भाषेत सर्व क्रियापदांना कर्ता असतो, काही क्रियापदांना कर्म असते, पण काही क्रियापदांना त्यांचा भाव मुख्य असतो. खरे म्हणजे भाव सर्वच क्रियापदांना असतो. पण एखाद्या विशिष्ट रचनेत तोच मुख्य असतो व तो क्रियापदावरच स्वामित्व चालवितो... काही व्याकरणकारांच्या मते अशी काही क्रियापदे अकर्तृक आहेत. त्यांच्या मताप्रमाणे अशा क्रियापदांना कर्तृपद नसतेच. पण हे म्हणणे अशास्त्रीय आहे... क्रिया करणारा कोणीतरी कर्ता असलाच पाहिजे. मला मळमळते, मला सांजावले, मला वाटते हे प्रयोग त्या व्याकरणकारांच्या दृष्टीने अकर्तृक क्रियापदांचे प्रयोग होत. पण आमच्या मते असे म्हणणे शास्त्रीयदृष्ट्या चूक आहे. ह्या वाक्यांत पण कर्ता आहेच; फक्त तो स्पष्ट नाही तर अध्याहृत आहे. ती क्रियापदे सकर्तृक आहेत व सकर्मक पण आहेत; कारण त्यांतील क्रिया अध्याहृत कर्त्यापासून निघून 'मी' ह्या कर्मावर परिणाम करतात." कृ. पां. कुलकर्णी यांची मीमांसा अर्थपूर्ण आहे.

मो. के. दामले यांनी या संदर्भात म्हटले आहे, "काही धातूंस कर्म नसते म्हणजे ते अकर्मक असतात हे खरे; तथापि अकर्मक व सकर्मक या दोन्ही प्रकारच्या धातूंस बहुधा कर्ता हा असतोच. 'बहुधा' असे म्हणण्याचे कारण असे की, काही अकर्मक धातूंस वाक्यांमध्ये स्वतंत्रपणे दृश्य कर्ता नसतो म्हणजे क्रियापदानेच, तत्संबंधानेच विधान पूर्ण झालेले असते. अशा धातूंस किंवा क्रियापदांस 'अकर्तृक'

असे म्हणतात. जसे – मळमळते, सांजावले, उजाडले. या ठिकाणी स्वतंत्र कर्ता दिसत नाही म्हणून यांस अवर्तृक असे म्हणतात. या धातूंचा उपयोग नेहमी तृतीय पुरुषी, नपुंसकलिंगी, एकवचनी होतो.''

याचा अर्थ कृ. पां. कुलकर्णी व दामले यांनी अशा वाक्यांत कर्ता अध्याहृत असतो हे मान्य केले आहे. म्हणजे कर्ता हा असतोच. अशा धातूंना किंवा क्रियापदांना अकर्तृक किंवा भावकर्तृक अशा संज्ञा योजण्याचे कारण नाही; कारण कर्त्याशिवाय क्रिया संभवतच नाही. मग काही वेळेस कर्मस्थानी येणारा शब्दही कर्ता होऊ शकेल. उदा. मुलाने आंबा पाडला.' या ठिकाणी 'पाड' हा धातू सकर्मक आहे. परंतु 'आंबा पडला' या वाक्यात तो अकर्मक आहे. म्हणजे कधी कधी कर्म हाच कर्ता बनतो. म्हणून कर्त्याशिवाय क्रिया किंवा केवळ भाव हीच क्रिया किंवा भाव हाच कर्ता या कल्पना स्वीकारणीय नाहीत. संस्कृत किंवा इंग्रजीची प्रकृती याला अनुकूल असली तरी मराठीची नाही. मराठीत कर्त्याशिवाय कोणतेच वाक्य असू शकत नाही; म्हणून अकर्मक किंवा भावकर्तृक हा धातूंचा प्रकार संभवत नाही. उजाडले, सांजावले, मळमळते या क्रियापदांचे मला, तुला, त्याला, लोकांना, मुलांना इत्यादी कर्ते होऊ शकतात. क्रियापदांची रूपे वेगवेगळ्या पद्धतींनी होणे ही भाषेची प्रकृती आहे, पण मराठीत कर्त्याशिवाय क्रियापद ही प्रवृत्ती नाही, म्हणून अकर्तृक किंवा भावकर्तृक प्रकार योग्य नाही.

व्युत्पत्तीवरून प्रकार : सिद्ध व साधित

व्युत्पत्तीवरून धातूचे प्रकार समजले जातात. ते म्हणजे – १) सिद्ध व २) साधित.

सिद्ध किंवा अव्युत्पन्न धातू म्हणजे मुळातच जे असतात, ज्यांची व्युत्पत्ती कशापासूनही होत नाही ते धातू. उदा.– वाच, लिह, खा, पी.

साधित किंवा व्युत्पन्न धातू म्हणजे जे इतर धातूंपासून किंवा शब्दजातींपासून निर्माण झालेले असतात. उदा.– पिणे–पाजणे, खेळ–खेळविणे, माणूस–माणसाळणे, डोके–डोकावणे, लांब–लांबणे. नाम, विशेषण, धातू, क्रियाविशेषण, शब्दयोगी अव्यय या शब्दजातींपासून हे धातू निर्माण झालेले असतात. दामल्यांनी त्यावरून अशा धातूंचे नामसाधित, विशेषणसाधित, धातुसाधित, क्रियाविशेषणसाधित असे प्रकार मानले आहेत. परंतु प्रा. मंगरूळकरांनी त्यांची मीमांसा करताना म्हटले आहे, सिद्ध आणि साधित असे धातूंचे दोन वर्ग करतात. सिद्ध धातूंपासून नवीन धातू बनतात हे खरे असले तरी काही सिद्ध धातू नवीन धातूंना जन्म देण्याला असमर्थ आहेत. मात्र इतर पुष्कळ धातूंपासून नवीन धातू तयार होतात. उदा. हो, गा, निंघ, विसर, आहे, नको असे कितीतरी धातू नवीन धातूंना जन्म देत नाहीत. हे वंध्य धातू

होत. पण पड पासून पाड, मर पासून मार, झोप पासून झोपव असे मूळ धातूपासून नवीन धातू तयार होतात.''

या संदर्भात त्यांनी सिद्ध धातूंना जनक धातू व साधित धातूंना धातुज असे नामकरण केले आहे. त्यांच्या मते, ''पड, मर, झोप हे जनक धातू आहेत आणि पाड, मार, झोपव हे धातुज धातू आहेत... धातुज हे सकर्मक असून ते जनक, अशा अकर्मक–सकर्मक धातुजातींपासून निघतात. हो, आदी वंध्य धातू सोडले तर सर्व जनक धातूंपासून उभयविध जातींचे धातू तयार होतात. या धातुज धातूंमधले काही धातू द्विकर्मक असतात.'' सिद्ध व साधित या संज्ञा स्पष्ट असल्याने या संबंधी वाद होण्याचे कारण नाही. व्याकरणकारांनी या प्रकारांना मान्यता दिली आहे.

उपयोगावरून प्रकार : प्रयोजक व शक्य

धातूंच्या या प्रकारांचा व्याकरणकारांनी स्वतंत्रपणे विचार केला आहे. वास्तविक पाहता हे साधित धातूंचे प्रकार आहेत. सिद्ध धातूंना काही प्रत्यय लागून – आगम होऊन – या धातूंची रूपे साधलेली असतात. त्यांचा अर्थ मूळ धातूंसारखाच असला तरी त्यातील अर्थछटा मूळ धातूच्या अर्थापेक्षा काहीशी वेगळी असते. उदा.– पडणे – पाडणे, गळणे – गाळणे.

प्रयोजक धातू

प्रयोजक धातूंचे स्पष्टीकरण करताना दामले यांनी म्हटले आहे, ''जेव्हा मूळ धातूचा कर्ता आपण होऊन धातुदर्शित क्रिया करीत नाही, तर दुसऱ्याचे प्रेरणेने ती क्रिया करतो असा अर्थ त्या मूळ धातूच्या विकृत रूपावरून उत्पन्न होतो, तेव्हा त्या विकृत धातूस प्रयोज्य किंवा प्रयोजक किंवा प्रयोजनबोधक धातू असे म्हणतात. जसे – कृष्णाने भीमाकडून जरासंधास मारविले. या उदाहरणात 'मार' या मूळ धातूचा कर्ता म्हणजे मारणारा जो भीम तो आपण होऊन मारण्याची क्रिया न करता कृष्णाच्या प्रेरणेने ती क्रिया करतो असा 'मार' या धातूच्या 'मारव' या विकृत रूपापासून बोध होतो. म्हणून 'मारव' हा प्रयोजक धातू होय.'' तर दादोबा पांडुरंग यांच्या मते, ''जेथे क्रियेच्या मुख्य कार्यास अन्याच्या प्रेरणेने गौणत्व येऊन अन्यच मुख्य कर्ता असतो, तेथे त्या क्रियापदास प्रयोजक म्हणतात.''

कृष्णशास्त्री चिपळूणकरांनी प्रयोजक व शक्य धातूंची साधित धातू या गटात गणना केली असून त्यांनी म्हटले आहे, ''कितीएक धातू इतर धातूंस किंवा प्रातिपदिकास प्रत्यय लागून किंवा त्यास दुसरा काही विकार होऊन उत्पन्न होतात, त्यास साधित धातू म्हणतात. धातूपासून निघणाऱ्या धातूस दोन नावे देतात : एक प्रयोजकत्वार्थक धातू व दुसरे शक्यार्थक धातू. हे दोन्ही प्रकारचे

साधित धातू मूळ धातूस 'व' प्रत्यय लागून सिद्ध होतात. मूळ धातूंचा अर्थ जो व्यापार किंवा क्रिया, तीविषयी प्रवृत्ती करणे असा जेव्हा साधित धातूंचा अर्थ असतो तेव्हा त्यास प्रयोजकत्वार्थक धातू म्हणतात व मूळचा धातूचा अर्थ जो व्यापार, तो शक्य म्हणजे शक्तीचा विषय आहे असा जेव्हा साधित धातूचा अर्थ असतो तेव्हा त्यास शक्यत्वार्थक धातू म्हणतात... प्रयोजकत्वार्थक साधित धातू नेहमी सकर्मक असतात. अकर्मक धातूस विकार होऊन त्यापासून प्रयोजकत्वार्थक धातू झाला असता मूळ धातूचा कर्ता प्रयोजकत्वार्थक साधित धातूचे कर्म होतो... मूळ धातू सकर्मक असल्यास त्याचे जे कर्म तेच त्यापासून झालेल्या प्रयोजकत्वार्थ धातूचे कर्म होते व मूळ धातूचा जो कर्ता असतो त्यापुढे 'कडून' हे शब्दयोगी अव्यय लागते. जसे – विद्यार्थी पुस्तक वाचतो, गुरू विद्यार्थ्यांकडून पुस्तक वाचवितो... मूळ संस्कृत भाषेतही प्रयोजक धातू म्हणून वेगळे धातू मानले आहेत; प्रयोजक भेद म्हणून मानला नाही. एवंच धातू साधित धातूंप्रमाणेच प्रयोजक रूप हे एक साधित धातू होय.''

म. पां. सबनीसांनीही चिपळूणकरांचे मत ग्राह्य धरले आहे व म्हटले आहे, ''आम्ही साधित धातूत प्रयोजक धातूंची गणना केली आहे.'' दादोबा, चिपळूणकर, जोशी आणि खेर या सर्वांनी प्रयोजक धातूला साधित धातूचाच एक प्रकार मानला असून मूळ धातूचा तो एक भेद वा प्रकार मानण्यास विरोध केला आहे.

प्रयोजक धातू पुढीलप्रमाणे साधले जातात.

१) मूळ धातूस प्रत्यय लागून : मूळ धातूस व, अव, अवव, हे प्रत्यय लागून प्रयोजक धातू तयार होतात. उदा. कर – करव, आण – आणव, विझ – विझव, मार – मारव (व प्रत्यय); कर–करव, निज–निजव, (अव प्रत्यय) गाणे–गाववणे, खाणे–खाववणे, पाहणे–पाहववणे (अवव प्रत्यय)

२) मूळ धातूच्या आद्याक्षरातील अकारास वृद्धी, ऱ्हास व उकारास गुण होतो तसेच दुसऱ्या अक्षरातील ट चा ड; प चा व; त चा व होतो. उदा.

गळणे – गाळणे	तुटणे – तोडणे
वळणे – वाळणे	जुटणे – जोडणे
टळणे – टाळणे	गुंतणे – गोवणे
गडणे – गाडणे	खुपणे – खोवणे
फाटणे – फाडणे	रुपणे – रोवणे
फिटणे – फेडणे	

शक्य धातू

काही व्याकरणकारांनी शक्य धातू हा एक धातुप्रकार मानला आहे; परंतु तो सिद्ध धातू नसून साधित धातूचाच एक प्रकार आहे. शक्य धातूतून कर्त्याच्या ठायी ती क्रिया

करण्याची इच्छा, अपेक्षा, सामर्थ्य, शक्यता आहे, असा अर्थ ध्वनीत होत असतो. प्रयोजक व शक्य धातू मूळ धातूंपासून तयार होताना व अव, अवव हे समान प्रत्यय लागतात. प्रयोजक धातुरूपात व शक्य धातूरूपात फारसा फरक आढळत नाही, फरक आढळतो तो त्यातून व्यक्त होणाऱ्या अर्थात व काही वेळा वाक्यरचनेत.

त्यासंबधी स्पष्टीकरण करताना कृ. पां. कुलकर्णी यांनी म्हटले, ''धातूच्या मूळ रूपाला अव (संस्कृत 'अय') हा प्रत्यय लावून जे रूप तयार होते त्याला त्या धातूचे प्रयोजक भेदी रूप म्हणतात. कर हे मूळभेदी रूप + अव हा प्रयोजक प्रत्यय = करव हे प्रयोजक भेदी रूप असून त्याचा अर्थ करावयास लावणे, कडून करवून घेणे, करावयाची प्रेरणा करणे असा आहे. धातूच्या मूळ रूपावरून हे प्रयोजकभेदी रूप तयार झाले. धातूच्या मूळ रूपापासून 'अव' हा शक्यार्थी प्रत्यय लावून शक्यभेदी किंवा शक्यार्थी रूप सिद्ध होते. कर + अव = करव ह्या धातूचा अर्थ करावयाची शक्ती असणे, करता येणे, करू शकणे असा आहे. 'अव' हा प्रत्यय प्रयोजक आणि शक्यार्थी असे दोन्ही भेद दाखविणारा असला तरी ते दोन प्रत्यय निराळे आणि स्वतंत्र आहेत. त्यांचे रूप एकच आहे इतकेच.''

प्रयोजक व शक्य धातू निर्माण होताना समान प्रत्यय लागतात. रूपेही समान होतात. मग दोहोंत फरक कोणता? तो फरक मानावा काय? हा एक प्रश्न उपस्थित केला जातो. दोहोंच्या अर्थात फरक आहे हे वर सांगितलेच आहे. आणखी एक फरक सांगताना चिपळूणकरांनी म्हटले आहे, ''मूळ धातूचे प्रथमाक्षर अकार असता त्यास वृद्धी होऊन आणि प्रथमाक्षर ड किंवा इ असता त्यास गुण होऊन जसे काही प्रयोजकत्वार्थ धातू होतात तसे शक्यत्वार्थक धातू मुळीच होत नाहीत. शक्यत्वार्थक साधित धातू संस्कृतात मुळीच नाहीत व बालभाषेतही आढळत नाहीत; ते मराठीत मात्र आहेत. हे साधित धातू संस्कृतातील प्रयोजकत्वार्थक रूपांपासून उत्पन्न झाले असावेत असे वाटते. तथापि त्या रूपांस हा नवीन शक्तिघटित अर्थ कसा आला याची उपपत्ती अद्यापि स्पष्ट समजत नाही. 'व' प्रत्यय लागून जे शक्यत्वार्थ धातू सिद्ध होतात, ते कर्तरी कधी असत नाहीत, त्या साधित धातूंचा अन्वय कर्त्याकडे कधीही होत नाही, तर मूळ धातू सकर्मक असल्यास साधित शक्यत्वार्थक धातू कर्मणी होतो. म्हणजे त्याचा अन्वय मूळ धातूच्या कर्माकडे होतो व मूळ धातू अकर्मक असल्यास तो भावी होतो. उदा.– ते काम मला करवते, मला जाववते.''

पण दादोबांसारख्या काही व्याकरणकारांच्या मते शक्य व प्रयोजक धातूंची रूपे एकमेकांपासून भिन्न आहेत. प्रयोजकत्वार्थक व शक्यत्वार्थक हे साधित धातू न समजता ते मूळ धातूंचीच प्रयोजक व शक्य भेद यांस अनुसरून झालेली विकृत रूपे होत. चिपळूणकरांना हे मान्य नसल्याने ''इतर साधित धातूंप्रमाणेच प्रयोजक रूप हे साधित धातू होय'', असे मत त्यांनी मांडले आहे.

प्रा. मंगरूळकरांनी प्रयोजक व शक्य भेद मानण्यास विरोध केला आहे. सकर्मक व अकर्मक आणि जनक व धातुज या तत्त्वांच्या आधारे मराठीतील धातूंचे भेद स्पष्ट होतात. त्यासाठी वेगळा प्रकार नको असे त्यांचे मत आहे. एकंदरीत प्रयोजक व शक्य हे धातूंचे उपप्रकार मानून त्यांचा साधित धातूंमध्ये समावेश करणे योग्य होईल.

सहाय धातू

काही धातूंचा उपयोग दुसऱ्या धातूंचे काळ, अर्थ वगैरे बदलण्याकडे होतो, म्हणून त्यांना सहाय किंवा सहाय्यक धातू म्हणतात. पाहिजे, नको, आहे इत्यादी क्रियापदांतील धातू सहाय धातू होत. हे धातू इतर क्रियापदांच्या रूपांशी योजले असता त्यांचा काळ व अर्थ फिरवितात. त्यांना संयुक्त क्रियापदे तयार करणारे धातू असे म्हणतात. उदा. तो काम करीत आहे, त्याने काम केले पाहिजे, त्याने जायला नको.

सहाय धातूंचे मुख्य दोन प्रकार आहेत.

१) अर्थहीन : ज्या सहाय धातूंनी मुख्य क्रियेच्या अर्थात फारशी भर पडत नाही. तर त्यांनी मुख्यत्वेकरून संयुक्त क्रियापदाचे आख्यात समजते. उदाहरणार्थ; तो गावाला जात आहे.

२) अर्थवान : ज्या सहाय धातूंनी क्रियेच्या अर्थात भर पडून आख्यातही समजते. उदाहरणार्थ : मंदाकडून पत्र लिहिले जाते.

❑

क्रियाविशेषण

क्रियाविशेषण ही अविकारी शब्दजाती मानली जाते; परंतु विकार न होणे हा अव्ययाचा जो प्रमुख गुणधर्म, तो क्रियाविशेषणात आढळत नसल्याने क्रियाविशेषणास अविकारी किंवा अव्यय शब्द म्हणावे काय याबद्दल व्याकरणकारांमध्ये मतभेद आहेत. बहुतेक व्याकरणकारांनी क्रियाविशेषणाचा अव्ययात समावेश केला आहे; परंतु क्रियाविशेषणास काही वेळा विभक्तीचे प्रत्यय लागतात तर काही वेळा त्याची रूपे लिंगवचनाप्रमाणे बनतात. म्हणजे क्रियाविशेषणास लिंग, वचन व विभक्ती हे विकार होतात आणि हे लक्षण विकारी शब्दांचे आहे त्यामुळे क्रियाविशेषणाच्या अविकारत्वाबद्दल प्रश्न निर्माण होतो. उदा. ''मंदा हळू चालते.'' या वाक्यातील 'हळू' हे क्रियाविशेषण अविकारी आहे परंतु ''ती इकडून गेली'' या वाक्यातील 'इकडे' या मूळ शब्दाला पंचमीचा 'ऊन' प्रत्यय लागून क्रियाविशेषण शब्द बनला आहे, तर ''तो चांगला गातो, ती चांगली गाते, ते चांगले गातात.'' या वाक्यात क्रियाविशेषणाची रूपे कर्त्याच्या लिंगवचनाप्रमाणे बनली आहेत. त्यामुळे क्रियाविशेषणाच्या अविकारीपणाला बाध येतो. म्हणून व्याकरणकारांनी क्रियाविशेषणे व क्रियाविशेषण अव्यय असे दोन प्रकार मानण्याची सूचना केली आहे.

क्रियाविशेषणाची व्याख्या

क्रियाविशेषणाच्या खालील व्याख्यांवरून या शब्दजातीचे स्वरूप स्पष्ट होते–

१) ''जी अव्यये धात्वर्थाशी किंवा विशेषणाशी किंवा धात्वर्थान्वयी दुसऱ्या अव्ययाशी अन्वय पावतात त्यास क्रियाविशेषण अशी परिभाषिक संज्ञा देतात... सर्वच क्रियाविशेषणे अव्यये असतात असे म्हणता येत नाही; कारण कितीएक शब्दांचा अन्वय धात्वर्थांवर किंवा विशेषणांवर असताही त्या शब्दांस लिंग व

वचन यांच्या योगाने बदल होतो.'' या शब्दांत चिपळूणकरांनी क्रियाविशेषणाची मीमांसा केली आहे. त्यांनी त्याचे विकारित्व व अविकारित्व ध्यानात घेतले आहे.

२) कृ. पां. कुलकर्णी यांनी म्हटले आहे, ''क्रियाविशेषण म्हणजे क्रियेचा विशेष दाखविणारा शब्द... त्याला कधी विभक्तिप्रत्यय लागत नाहीत किंवा त्याचे सामान्यरूपही होत नाही... क्रियेचे विशेष म्हणजे काय? क्रिया ही घटना आहे. क्रियापदात काहीतरी क्रिया होते, काहीतरी घडून येते. ही घटना कोठेतरी घडणे, केव्हातरी घडणे, किती वेळा घडणे, कोणत्या तरी मार्गाने, रीतीने घडणे ह्या गोष्टी या घटनेबरोबर आल्याच. ह्या गोष्टी म्हणजेच क्रियेचे विशेष होत. स्थळ, काळ, रीती, संख्या वगैरे हे त्या क्रियेचे अगर घटनेचे विशेष होत. हे विशेषण दाखविणारे वाक्यातील जे शब्द ते क्रियाविशेषणे होत.''

३) म. पां. सबनीस यांच्या मते ''लिंग व वचन या विकारास पात्र असणाऱ्या विशेषणास क्रियाविशेषण असे म्हणतात. जसे – चांगला, चांगली, चांगले... ज्या क्रियाविशेषणास लिंग, वचन वगैरे कोणतेच विकार होत नाहीत त्यास क्रियाविशेषण अव्यय असे म्हणतात. जसे, हळू, कोठे, तेथे.'' सबनीसांचे हे मत कृ. पां. कुलकर्णी यांच्या मताशी जुळणारे आहे.

४) ग. ह. केळकर यांच्या मते, ''क्रियाविशेषण म्हणजे क्रियेचे विशेषण. क्रियेच्या विशेषणाने क्रियेचे गुणधर्म सांगितले जातात. उदाहरणार्थ, क्रिया ज्या ठिकाणी, ज्या वेळी घडते ते स्थळ किंवा ती वेळ. त्याचप्रमाणे क्रिया घडण्याचा हेतू उद्देश किंवा रोख, क्रियेची साधने यांचे वर्णन करणे म्हणजे क्रियेचे प्रकार सांगण्यासारखेच आहे. अशा रीतीने क्रियेचे प्रकार दाखविणारे जे शब्द त्यांना क्रियाविशेषणे असे म्हणतात... काही क्रियाविशेषणे सिद्ध असतात, काही साधित असतात.''

५) मो. के. दामले यांनी क्रियाविशेषणाची व्याख्या करताना म्हटले आहे ''ज्या अव्ययांनी क्रियेचे कोणत्याही प्रकारचे विशिष्टत्व दाखविले जाते, म्हणजे जी क्रियेसंबंधाचे स्थळ, काळ, रीती, संख्या इत्यादी धर्म दाखवितात त्यांस क्रियाविशेषणे म्हणतात. उदा. येथे, तेथे, लवकर, हळू इत्यादी.''

या सर्व व्याख्यांमधून क्रियेचे विशेषण म्हणजे क्रियाविशेषण. ते क्रियेसंबंधी कोणत्यातरी प्रकारची माहिती सांगते. त्यासंबंधी व्याकरणकारांमध्ये एकमत आहे; परंतु ही शब्दजाती अविकारी मानावी काय याबद्दल मतभेद आहेत. क्रियाविशेषणांना लिंग, वचन, विभक्ती विकार होतात; त्यामुळे ती सव्यय किंवा विकारी बनतात. म्हणून मो. के. दामले यांनी कोणत्या शब्दांना क्रियाविशेषण म्हणावे हे स्पष्ट करताना म्हटले आहे, ''रात्रीस, रात्रीचा, आरंभी हे सबंध शब्द अव्ययेच म्हणजे अविकारी होत, म्हणजे त्यांस पुढे विकार होत नाहीत... काही विभक्त्यन्त शब्दांस

क्रियाविशेषणे म्हटले तरी क्रियाविशेषणास अव्यये म्हणजे अविकारी शब्द म्हणण्यास हरकत नाही हे कोणीही कबूल करील; परंतु जर काही क्रियाविशेषणास विभक्तिप्रत्यय लागतात. त्यास अव्यये कसे म्हणता येईल? ही शंका जराशी कठीण आहे... नामे, सर्वनामे व विशेषणे या तीन विभक्त्यन्त शब्दांपैकी सर्वनामाचा अव्ययाप्रमाणेच उपयोग होत नाही. फक्त नाम व विशेषण यांच्या विभक्त्यन्त रूपांचा काही वेळेस क्रियाविशेषणाप्रमाणे उपयोग होतो. विभक्त्यन्त रूपांनी क्रियेच्याच अर्थाचे परिपोषण होत असल्यास त्या रूपांना क्रियाविशेषण म्हणावे.''

म. पां. सबनीसांनी क्रियाविशेषण व क्रियाविशेषण अव्यय असे प्रकार मानण्याची सूचना केली आहे. एकंदरीत क्रियाविशेषण ही शब्दाजाती विकारी व अविकारी दोन्ही प्रकारची आहे हे मान्य करायला हवे. आणि विशेषणासारखी शब्दजाती विकारी असूनही काहीवेळा अविकारी असते तरी तिचा विकारी गटात समावेश केला आहे. त्याप्रमाणे क्रियाविशेषणाचा परंपरा म्हणून अविकारी गटात समावेश करणे योग्य.

क्रियाविशेषणाची वैशिष्ट्ये

१) क्रियाविशेषणे ही क्रियेची विशेषणे असल्याने ती क्रियेसंबंधी कोणत्यातरी प्रकारची माहिती सांगतात.

२) क्रियेसंबंधाने स्थळ, काळ, रीती, संख्या इत्यादी धर्म क्रियाविशेषणामुळे दाखविले जातात.

३) सिद्ध क्रियाविशेषणे थोडी असून साधित क्रियाविशेषणे अधिक आहेत.

४) नामे, विशेषणे, शब्दयोगी अव्यये यांना काही प्रत्यय लागून प्रत्यायान्वित, विभक्त्यन्त रूपे ही क्रियाविशेषणांसारखी वापरली जातात.

५) क्रियाविशेषण ही विकारी व अविकारी अशा दोन्ही प्रकारची शब्दजाती आहे म्हणून क्रियाविशेषण (विकारी) व क्रियाविशेषण अव्यय (अविकारी) असे भेद मानणे योग्य ठरते.

क्रियाविशेषणांचे वर्गीकरण

चिपळूणकरांनी सिद्ध व साधित असे क्रियाविशेषणाचे दोन प्रकार मानले आहेत तर म. पां. सबनीसांनी क्रियाविशेषण व क्रियाविशेषण अव्यय असे दोन प्रकार मानले आहेत. परंतु यापेक्षा मो. के. दामले यांनी केलेले वर्गीकरण अधिक शास्त्रीय आहे. त्यांनी क्रियाविशेषणाचे वर्गीकरण खालीलप्रमाणे केले आहे -

१) स्वरूपमूलक वर्गीकरण - क्रियाविशेषणाचे रूप सिद्ध की साधित या दृष्टीने केलेले वर्गीकरण.

२) अर्थमूलक वर्गीकरण - क्रियाविशेषणे क्रियेचा अर्थ स्पष्ट करतात, त्या दृष्टीने केलेले वर्गीकरण.

स्वरूपमूलक क्रियाविशेषणे

१) सिद्ध - जे शब्द मूळचे अव्यय असून क्रियाविशेषणाप्रमाणे उपयोगात येतात त्यास सिद्ध क्रियाविशेषण म्हणतात. जसे - हळू, लवकर.

२) साधित - जी क्रियाविशेषणे अन्य शब्दांस काही प्रत्यय किंवा शब्दयोगी अव्यये लागून तयार होतात त्यांस साधित क्रियाविशेषणे म्हणतात. ती पुढीलप्रमाणे-

अ) नामसाधित : सकाळी, दिवसास, रात्रीचा, व्यक्तिशः, प्रथमतः

ब) सर्वनामसाधित : जेणेकरून, तेणेकरून, ह्यामुळे, येथे, जेथे.

क) विशेषणसाधित : मोठ्याने, एकदा, चांगला, सर्वत्र.

ड) धातुसाधित : खेळताना, चालताना, उठल्यावर, निजल्यावर.

इ) अव्ययसाधित : आतापर्यंत, खालून, जवळून, पूर्वीचा, आरंभीला.

फ) समासघटित : प्रतिक्षण, दररोज, गावोगाव, शास्त्रदृष्ट्या.

३) स्थानिक : इतर जातींचे शब्द जसेच्या तसे जेव्हा वाक्यात क्रियाविशेषणांप्रमाणे उपयोगात येतात तेव्हा त्यांस स्थानिक क्रियाविशेषणे म्हणतात. हे शब्द मुळात क्रियाविशेषणे नसतात, परंतु वाक्यात विशेषस्थळी त्यांचा उपयोग क्रियाविशेषणासारखा होतो. उदा. -

तो काय माती लिहितो, तो काय दगड वाचतो.

ती हसत गाते, तो नकळत बोलला.

त्याने हात वर केला, ती खाली गेली.

तो रगडून जेवला, ती फिरून आली.

या वाक्यांत माती, दगड ही नामे; हसत, नकळत ही त-कृदन्ते; वर, खाली ही शब्दयोगी अव्यये मूळ रूपात असून क्रियाविशेषणांप्रमाणे त्याचा उपयोग केला आहे.

अर्थमूलक क्रियाविशेषणे

१) स्थलवाचक : क्रियेचे स्थळ असा अर्थ ही क्रियाविशेषणे दाखवितात. ती कधी क्रियेची स्थिती दाखवितात तर कधी क्रियेची गती. उदाहरणार्थ, स्थितिदर्शक येथे, तेथे, इकडे, तिकडे, कोठे, कोसभर, मैलभर, समोर, वर, खाली, जवळ, दूर. गतिदर्शक - इकडून, तिकडून, लांबून, जवळून, जेथून, तेथून, समोरून, मधून, वर, खाली.

२) कालवाचक : क्रियेचा काल यासंबंधी ही क्रियाविशेषणे अर्थ स्पष्ट

करतात. ती क्षणवाचक, अवधिवाचक, पौन:पुन्यवाचक अशा प्रकारची असतात. उदा.

अ) क्षणवाचक : आज, उद्या, काल, प्रथम, नंतर, आता, सध्या, हल्ली, लवकर, उशिरा, जेव्हा, तेव्हा, इतक्यात, अगोदर, रात्री, दिवसा.

ब) अवधिवाचक : नित्य, सदा, सर्वदा, सदोदित, सर्वकाळ, हमेशा, रातोरात.

क) पौनःपुन्यवाचक : वारंवार, पुन:पुन्हा, फिरून, पुष्कळदा, क्षणोक्षणी, दरसाल, चार वेळा.

३) संख्यावाचक किंवा परिमाणवाचक : क्रियेविषयी संख्येच्या किंवा परिमाणाच्या भाषेत माहिती सांगणारी क्रियाविशेषणे ही संख्यावाचक किंवा परिमाणवाचक होत. ही क्रियाविशेषणे काही वेळा संख्येचा अर्थ व्यक्त करतात तर काही वेळेला निश्चित संख्या वा परिमाण सांगण्यापेक्षा अनिश्चित संख्या वा परिमाण अधिक प्रमाणात सांगतात. त्यात पुढील प्रकार आढळतात -

संख्यावाचक - पहिला, दुसरा, दोनदा, चौपट

प्रकर्षवाचक - अत्यंत, कधीही, साफ, सर्वांशी, खचीत, अवश्य, नि:संशय, खरोखर, अगत्य

अपकर्षवाचक - किंचित, जरा, काही, थोडासा, कदाचित, क्वचित

आधिक्यवाचक - अधिक, फार, अतिशय, पुष्कळ

प्रर्याप्तिवाचक - पुरे, बस, बरोबर, बेताचा

श्रेणीवाचक - हळूहळू, क्रमाने, अंशत:, क्रमश:

४) रीतिवाचक किंवा गुणवाचक : क्रियेची रीती, पद्धती किंवा गुण असा अर्थ ही क्रियाविशेषणे व्यक्त करतात. ही खूप आहेत. उदा. असे, तसे, उगाच, आपोआप, जसे, तसे, उगीच, जाणूनबुजून, उभ्या उभ्या, दादोबांनी रीतिवाचक क्रियाविशेषणाचा 'अनुकरणवाचक क्रियाविशेषणे' असा एक प्रकार मानला आहे. कन, कर, दिशी, दिनी हे प्रत्यय काही शब्दांना लागून तर कधी कधी एखाद्या शब्दाची द्विरुक्ती करून ही क्रियाविशेषणे साधलेली असतात. जशी फटकन, चटकन, भराभर, फट्दिशी, गपगप, झटपट, टपटप.

❑

शद्बयोगी अव्यये

नाम व सर्वनाम यांचा वाक्यात उपयोग करताना विभक्तिप्रत्ययांप्रमाणे इतर काही प्रत्यय लागतात. हे प्रत्यय शद्बच असतात. शद्बच प्रत्ययांचे काम करतात. त्यामुळे प्रत्ययान्वित शद्बाचा पुढील शद्बाशी संबंध प्रस्थापित होतो. उदा. मंदाने टेबलावर पुस्तक ठेवले, हेमा अभ्यासाकडे लक्ष देत नाही. या वाक्यांत 'वर' शद्बामुळे टेबल व पुस्तक या शद्बांचा, 'कडे' या शद्बामुळे अभ्यास व लक्ष या शद्बांचा संबंध प्रस्थापित झाला आहे. परंतु काही वेळेस असे शद्ब-शद्बयोगी अव्यये-क्रियापदाची विशेषणे म्हणूनही येतात. उदा. आशालता वर पाहते. येथे 'वर' हा शद्ब स्वतंत्रीत्या आल्याने तो क्रियाविशेषण आहे. म्हणून शद्बांचा परस्परसंबंध जोडणाऱ्या व नाम आणि सर्वनाम यांना लागणाऱ्या अव्ययांनाच शद्बयोगी अव्यये म्हणतात.

शद्बयोगी अव्ययाची व्याख्या

शद्बयोगी अव्ययाच्या व्याख्या खालीलप्रमाणे आढळतात-

१) जी अव्यये धातूचा अर्थ व प्रातिपदिके (नामे किंवा सर्वनामे) यांचा संबंध दाखवितात त्यांस शद्बयोगी अव्यये म्हणावे.

- कृष्णशास्त्री चिपळूणकर

२) जे अव्यय शद्बाला जोडल्याने त्या शद्बाचा वाक्यातील इतर दुसऱ्या शद्बाशी असलेला संबंध दाखविला जातो, त्या अव्ययास शद्बयोगी अव्यय म्हणतात.

- कृ. पां. कुलकर्णी

३) जी अव्यये नामे आणि नामाप्रमाणे योजिलेले इतर शद्ब ह्यांच्यापुढे येऊन त्यांचा वाक्यातील इतर शद्बांशी संबंध दाखवितात त्यांस शद्बयोगी अव्यये असे म्हणतात.

- मो. के. दामले

या व्याख्यांमध्ये शब्दयोगी अव्यये ही शद्बांचा परस्परसंबंध दाखविण्यासाठी येतात हे गृहित असले तरी चिपळूणकरांनी त्यांचा संबंध क्रियापदाशीही लावला

आहे; अर्थात "शब्दयोगी अव्ययांचा अन्वय क्रियापदाशी होत असल्यामुळे धात्वर्थाशी अन्वय पावणे हे क्रियाविशेषणाचे लक्षण त्यावरही येते खरे," असे मत त्यांनी व्यक्त केले आहे आणि दामले यांनी "काही शब्दयोगी अव्यये क्रियाविशेषणही आहेत," असे म्हटले आहे. त्यामुळे शब्दयोगी अव्ययाची शास्त्रीय व्याख्या करणे अवघड जाते.

याशिवाय शब्दयोगी अव्ययांचा विभक्तिप्रत्ययांऐवजी व विभक्तिप्रत्ययांसारखा उपयोग होत असल्यानेही या शब्दजातीच्या स्वतंत्रपणाविषयी प्रश्न निर्माण होतो. परंतु एक मात्र खरे की, जी अव्यये शब्दांना जोडूनच येतात त्यांनाच शब्दयोगी अव्यये म्हणावे लागेल. त्या दृष्टीने दामल्यांची व्याख्या अधिक समर्पक वाटते. ग. ह. केळकरांची व्याख्याही शास्त्रीय आहे. त्यांनी म्हटले आहे, "नामे व त्यांसारखे इतर शब्द यांच्याशी विभक्तिप्रत्ययांप्रमाणे संयोग पावून त्या शब्दांचा वाक्यातील इतर शब्दांशी संबंध जोडण्याचे काम करणारे जे स्वतंत्र शब्द त्यांना शब्दयोगी अव्यये असे म्हणतात."

याचा अर्थ शब्दयोगी अव्यये हे शब्द असून ते शब्दांशी जोडले जाणारे असतात व त्यामुळे अव्यय जोडलेल्या शब्दाचा दुसऱ्या शब्दांशी असलेला संबंध समजतो. ही अव्यये स्वतंत्रपणे येतात तेव्हा ती क्रियाविशेषणेच असतात. काही शब्द वेगवेगळ्या पद्धतींनी वापरले जाणे शक्य असते म्हणून शब्दांना जोडून येणाऱ्या व दुसऱ्या शब्दांशी संबंध प्रस्थापित करणाऱ्या अव्ययालाच शब्दयोगी अव्यय म्हणता येईल.

शब्दयोगी अव्यय : क्रियाविशेषण की विभक्तिप्रत्यय?

शब्दयोगी अव्ययांचा स्वतंत्रपणे-नामाला न जोडता- उपयोग केला असता ती क्रियाविशेषणे बनतात ही गोष्ट खरी आहे, म्हणून त्यांना क्रियाविशेषण म्हणणे योग्य. या संदर्भात दामल्यांनी केलेला युक्तिवाद समर्थनीय आहे, त्यांनी म्हटले आहे, "काही स्थलवाचक आणि कालवाचक अव्यये क्रियाविशेषणेही असतात आणि शब्दयोगीही असतात. ती ज्या वेळी नामापुढे येतात तेव्हा त्यांस शब्दयोगी अव्यये म्हणतात आणि जेव्हा ती कशासही जोडली न जाता स्वतंत्रपणे वाक्यात येतात तेव्हा त्यांस क्रियाविशेषण म्हणावे."

परंतु प्रश्न उरतो तो शब्दयोगी अव्यये व विभक्तिप्रत्यय यांचा. दोहोंमध्ये अनेक समान गुणधर्म आहेत. ते, असे-

१) शब्दयोगी अव्यये व विभक्तिप्रत्यय हे दोन्ही नाम व सर्वनामांना लागतात.

२) ते लागताना मूळ प्रातिपदिकाचे -नामाचे किंवा सर्वनामाचे- सामान्य रूप तयार होते.

३) विभक्तीचा अर्थच काही वेळा शब्दयोगी अव्यये व्यक्त करतात. उदा. शिपायाने चोर पकडला, शिपायाकडून चोर पकडला गेला. असे असले तरी या दोहोंमध्ये भेदही आहेत. चिपळूणकरांनी ते भेद पुढील प्रमाणे स्पष्ट केले आहेत-

१) शब्दयोगी अव्ययांना थोडातरी अर्थ आहे; पण विभक्तिप्रत्ययांना मात्र कोणताही अर्थ नाही.

२) काही शब्दयोगी अव्यये ही स्वतंत्रपणे येऊ शकतात, पण विभक्तिप्रत्यय मात कधीही स्वतंत्रपणे येऊ शकत नाहीत.

३) मराठीतील विभक्तीप्रत्यय हे संस्कृतातील विभक्तिप्रत्ययांवरून साधलेले आहेत, पण तसे शब्दयोगी अव्ययांबद्दल म्हणता येत नाही.

कृष्णशास्त्री गोडबोले यांनी भेद दाखविताना म्हटले आहे-

४) विभक्तिप्रत्ययांना इतर प्रत्यय लागून विशेषणे तयार होत नाहीत पण चा, ईला, ला हे प्रत्यय लागून शब्दयोगी अव्ययांपासून विशेषणे तयार होतात. उदा.- घरावरचा, भांड्यातील.

रा. भि. जोशी यांच्या मते-

५) शद्बयोगी अव्यये ही विभक्तिप्रत्ययांपेक्षा अधिक कार्य करतात.

मो. के. दामले यांच्या मते-

६) विभक्तिप्रत्यय हे केवळ नाम, सर्वनाम एवढ्याच शब्दजातींना लागतात, पण शब्दयोगी अव्यये मात्र नाम, सर्वनाम, विशेषणे, धातू व अव्यये इतक्या प्रकारच्या शब्दजातींना लागतात.

याचा अर्थ शब्दयोगी अव्ययांच्या ठायी क्रियाविशेषण व विभक्तिप्रत्यय यांचे गुणधर्म आहेत; परंतु त्यामुळे शब्दयोगी अव्यय या शब्दजातीचे स्वतंत्रत्व नाकारता येणार नाही. शब्दयोगी अव्ययांच्या ठायी क्रियाविशेषणे व विभक्तिप्रत्यय यांच्यापेक्षा वेगळे गुणधर्मही आहेत आणि त्यांचे कार्यही भिन्न आहे, म्हणून ही एक स्वतंत्र शद्बजातीच मानणे योग्य. म. पां. सबनीसांनी ही शब्दजाती स्वतंत्र मानली नाही परंतु स्वरूप, गुणधर्म व कार्य पाहता शब्दयोगी अव्यये ही क्रियाविशेषणे व विभक्तिप्रत्यय यांच्यापेक्षा वेगळी असल्याने ती स्वतंत्र शब्दजाती मानावी लागते.

शब्दयोगी अव्ययांचे वर्गीकरण

शब्दयोगी अव्यये म्हणून ज्या शब्दांचा उल्लेख केला जातो त्या शब्दांचा क्रियाविशेषणांमध्येही अंतर्भाव केला जातो. परंतु शब्दांना जोडून येणारे शब्द शब्दयोगी असल्यामुळे शब्दयोगी अव्यये म्हणून संबोधणे योग्य ठरते. अशा शब्दांचे दामल्यांनी पुढीलप्रमाणे वर्गीकरण केले आहे-

कालवाचक : आत, पुढे, नंतर, वर, पर्यंत, अगोदर

स्थलवाचक : आत, मध्ये, समक्ष, अपरोक्ष, पुढे, येथे, तेथे, बाहेर, जवळ, मागे

गतिवाचक : आतून, वाटे, मधून, कडे, कडून, पासून, पर्यंत

हेतुवाचक : अर्थी, निमित्त, साठी, स्तव

याशिवाय त्यांनी अर्थानुसार अनेक प्रकार मानले आहेत, परंतु वास्तवत: त्यांची गरज नाही. ते शब्द शब्दांना जोडून येतात का हे महत्त्वाचे.

शुद्ध शब्दयोगी अव्यये

दादोबा पांडुरंग यांनी शुद्ध शब्दयोगी अव्यये असा एक प्रकार मानावा असे म्हटले आहे. गोडबोल यांनी त्यास 'अवधारणबोधक अव्यये' असे नाव सुचविले आहे. ही अव्यये अशी - च, ही, ना, फक्त, सुद्धा. या अव्ययांची त्यांनी पुढील वैशिष्ट्ये सांगितली आहेत-

१) ती कोणत्याही प्रकारचे विभक्तिकार्य करीत नाहीत.

२) ही शब्दाला जोडली जात असताना शब्दाचे कधीही सामान्यरूप होत नाही.

३) ही अव्यये प्रातिपदिकांचा धात्वर्थाशी संबंध दाखवीत नाहीत तर तो संबंध त्या त्या विभक्तिप्रत्ययाने दाखविला जातो.

या अव्ययांचे स्वरूप इतर शब्दयोगी अव्ययांपेक्षा वेगळे आहे हे खरे; परंतु तेवढ्यासाठी त्यांचा एक वेगळा गट मानण्याची गरज नाही असे काहींना वाटते. 'त्यानी काडीनेच कुलूप उघडले,' 'ती बागेतही गेली' या वाक्यांत ही अव्यये नामांना लागली आहेत. त्याप्रमाणे 'ती पत्राचे उत्तर देणारही नाही. ती पत्रे लिहिणारच.' या वाक्यांत ती क्रियापदांनाही लागली आहेत. ही अव्यये सबनीस म्हणतात त्याप्रमाणे प्रत्ययांसारखी वाटतात, शब्दांसारखी वाटत नाहीत म्हणून त्यांचा प्रत्ययांत समावेश करावा असे त्यांनी सुचविले आहे. चिपळूणकरांनी म्हटले आहे की ही अव्यये अव्ययांच्या चारी गटात बसत नसल्याने त्यांची एक स्वतंत्र शब्दजातीच मानावी व मराठीत नऊ शब्दजाती मानाव्यात. परंतु या अव्ययांचे शब्दयोगी अव्ययांशीच अधिक नाते जुळते, म्हणून ती शब्दयोगी अव्ययेच मानणे योग्य. फार तर शब्दयोगी अव्ययाचा तो एक उपप्रकार मानावा हे योग्य.

❑

उभयान्वयी अव्यये

काही शब्द हे वाक्यातील शब्द किंवा वाक्ये जोडण्यासाठी वापरले जातात, त्या शब्दांना उभयान्वयी अव्यये असे म्हणतात. ही शब्दजाती खऱ्या अर्थाने अविकारी किंवा अव्यय आहे कारण या शब्दांना कधीच व कोणतेही विकार होत नाहीत. या शब्दांना इतर शब्दांप्रमाणे स्वतंत्र अर्थ नसतो तर ते इतर शब्दांच्या किंवा वाक्यांच्या अर्थात अधिक भर घालण्यास कारण होतात. उदाहरणार्थ, 'तो तिच्यावर उत्कटपणे प्रेम करतो म्हणून ती स्वत:ला भाग्यवान समजते,' 'प्रेमिकांच्या ठायी प्रेम आणि श्रद्धा हवी म्हणजे त्यांचे प्रेम बहरते' या वाक्यांत 'म्हणून,' आणि 'म्हणजे' या अव्ययांनी मूळ शब्दांना, त्यांच्या अर्थाला मुळापेक्षा अधिक अर्थ प्राप्त करून दिला आहे. याचा अर्थ उभयान्वयी अव्यये केवळ शब्द किंवा वाक्ये जोडण्याचेच कार्य करीत नाहीत तर अर्थात भर घालण्याचेही कार्य करतात. त्यामुळे अर्थ नसलेले शब्द अर्थवान बनतात.

उभयान्वयी अव्ययाची व्याख्या

उभयान्वयी अव्ययांच्या खालीलप्रमाणे व्याख्या केलेल्या आढळतात-

१) ज्या अव्ययांचा संबंध दोन शब्दांच्या अथवा दोन वाक्यांच्या परस्पर अन्वयाकडेच असतो त्यास उभयान्वयी अव्यय म्हणावे.

- दादोबा पांडुरंग

२) वाक्यार्थात जुळण्यासारखा स्वतंत्र अर्थ त्यास नसतो, परंतु ज्याच्या योगाने वाक्यापासून अधिक अर्थ भासतो, त्या अव्ययांस उभयान्वयी अव्यये म्हणावे.

- कृष्णशास्त्री चिपळूणकर

३) उभय म्हणजे दोन आणि अन्वय म्हणजे जोड किंवा संबंध. दोन किंवा अधिक शब्द अथवा दोन किंवा अधिक वाक्ये यांना जोडणारा शब्द ते उभयान्वयी अव्यय होय.

- कृ. पां. कुलकर्णी

४) जे अव्यय क्रियेचे विशिष्टत्व न दाखविता एका वाक्याचा दुसऱ्या वाक्याशी संबंध दाखविते म्हणजे एका वाक्याची दुसऱ्या वाक्याशी सांगड घालते त्यास उभयान्वयी अव्यय असे म्हणतात.

- मो. के. दामले

या व्याख्यांमधून उभयान्वयी अव्ययाचे स्वरूप स्पष्ट होते. त्यात दादोबांची व्याख्या उभयान्वयीचे नेमके स्वरूप स्पष्ट करते. चिपळूणकरांनी केवळ अर्थावरच भर दिला आहे, कार्यावर नाही. कृ. पा. कुलकर्णी यांनी उभयान्वयी शब्दाची व्युत्पत्ती सांगून त्याचे कार्य स्पष्ट केले आहे. दामल्यांना उभयान्वयी अव्यये वाक्येच जोडतात असे वाटते म्हणून त्यांनी म्हटले आहे, 'रामा आणि कृष्णा गेले' या वाक्यात 'रामा गेला व कृष्णा गेला' अशी दोन वाक्ये जोडली गेली आहेत. तथापि त्यांनीही मान्य केले आहे की, "कधी कधी उभयान्वयी अव्ययांनी शब्दांची ही सांगड घालण्यात येते. उदा. 'त्यास साखर आणि पाणी पाजा.' या वाक्यात साखर पाजा व पाणी पाजा अशा अर्थाची वाक्ये होऊ शकत नाहीत.' त्यामुळे अशा ठिकाणी अव्ययाने दोन शब्दच जोडण्यात येतात हे त्यांनी मान्य केले आहे. शब्द जोडणे व वाक्ये जोडणे हे उभयान्वयीचे महत्त्वाचे कार्य असल्याने त्या गुणधर्माचा अंतर्भाव असलेल्या दादोबा व कृ. पां. कुलकर्णी यांच्या व्याख्या सार्थ वाटतात.

अर्थात संबंधी व अनुसंबंधी सर्वनामे ही सुद्धा वाक्याची सांगड घालतात तेव्हा काय करायचे हा प्रश्न निर्माण होतो. म्हणून दामल्यांनी म्हटले आहे, "ज्याप्रमाणे उभयान्वयी अव्ययांनी वाक्ये जोडण्यात येतात त्याचप्रमाणे ती इतर शब्दांनीही जोडली जातात. म्हणजे वाक्यांची सांगड घालणारे शब्द भाषेमध्ये केवळ उभयान्वयी अव्ययेच होत असे कोणी समजू नये तर इतर काही शब्दांनीही ते कार्य भाषेत घडून येते. संबंधी व अनुसंबंधी सर्वनामांनी वाक्यांची सांगड होते. 'जो ईश्वरास स्मरून वागतो त्यास भिण्याचे कारण नाही... जसे करावे तसे भरावे' इत्यादी उदाहरणांवरून संबंधी विशेषणे ही एका दृष्टीने उभयान्वयी कशी आहेत हे तेव्हाच समजेल." दामल्यांचे हे विवेचन अर्थपूर्ण आहे. परंतु त्यांनीच म्हटल्याप्रमाणे, 'उभयान्वयी अव्यये क्रियेचे विशिष्टत्व न दाखविता कार्य करतात हा दोहोंतील फरक आहे.'

दोन किंवा अधिक शब्द किंवा वाक्ये जोडणे, जोडण्यामुळे मूळ अर्थात भर घालणे, स्वतःला अर्थ नसणे, अविकारी असणे ही उभयान्वयीची वैशिष्ट्ये होत.

उभयान्वयी अव्ययांचे वर्गीकरण

उभयान्वयी अव्ययांचे मुख्य भेद दोन-

१) प्रधानवाक्यसूचक किंवा प्रधानत्वसूचक

२) गौणवाक्यसूचक किंवा गौणत्वसूचक

प्रधानत्वसूचक

ज्या अव्ययांनी प्रधान वाक्ये जोडण्यात येतात त्यांस प्रधानत्वसूचक उभयान्वयी अव्यये म्हणतात.

त्यांचे उपप्रकार पुढीलप्रमाणे-

१) समुच्चयबोधक : ज्या अव्ययांनी दोन किंवा अधिक वाक्यांचा (किंवा शद्बांचाही) एकत्र समुच्चय किंवा संग्रह होतो त्यास समुच्चयबोधक म्हणतात. ती अव्यये अशी-आणि, व, आणखी.

२) विकल्पबोधक : ज्या अव्ययांनी दोन किंवा अधिक विवक्षित वाक्यांपैकी किंवा शब्दांपैकी कोणत्या तरी एकाचे ग्रहण होते त्यांस विकल्पबोधक असे म्हणतात. ती अशी - वा, किंवा, अथवा, अगर, की. उदाहरणार्थ, त्याने नीताला किंवा लताला आपल्याबरोबर न्यावे, माणसाने पाप वा पुण्याचा विचार करावा, प्रेम की कर्तव्य असा संघर्ष निर्माण होतो.

३) न्यूनत्वबोधक : ज्या अव्ययांनी विवक्षित अर्थामधील काही कमीपणा दाखविण्यात येतो त्यास न्यूनत्वबोधक असे म्हणतात. ती अव्यये अशी- पण परंतु, बाकी, परी, उदा. मंदावर त्याने खूप प्रेम केले, परंतु तिने त्याला प्रतिसाद दिला नाही. वैद्याने चांगले औषध दिले, पण उपयोग झाला नाही.

४) परिणामबोधक : ज्या अव्ययांनी असे दाखविण्यात येते की, त्या अव्ययाच्या पुढे येणाऱ्या वाक्यातील अर्थ त्याच्या मागील वाक्याच्या अर्थाचा परिणाम आहे म्हणजे तो त्यापासून उत्पन्न होतो. तेव्हा त्यास परिणामबोधक असे म्हणतात. ती अव्यये अशी- म्हणून, यास्तव, याकरिता, तेव्हा, सबब, तस्मात, अतएव. उदा. ते फार खोडकर आहे म्हणून आई त्याच्यावर रागावते. मी वाट पाहतो तेव्हा तू लवकर ये.

गौणत्वसूचक

ज्या अव्ययांनी एका प्रधान वाक्याला एका किंवा अनेक गौण वाक्ये (किंवा शब्दही) जोडण्यात येतात त्यांस गौणत्वसूचक उभयान्वयी अव्यये असे म्हणतात. त्यांचे प्रकार पुढीलप्रमाणे-

१) कारणदर्शक : ज्या अव्ययांमुळे पूर्ववाक्यातील विधानाचे (क्रियेचे) कारण त्या अव्ययानंतर येणाऱ्या वाक्यात सांगितलेले असते त्यामुळे मूळ क्रियेचे कारण समजते, अशा अव्ययांना कारणदर्शक अव्यये म्हणतात. ती अशी-कारण, की, का की, कारण की. उदाहरणार्थ- माणसाने साहित्याचा अभ्यास करावा; कारण त्यामुळे त्याला आनंद मिळतो. ती त्याच्यावर उत्कटपणे प्रेम करते; कारण की ती त्याच्या व्यक्तित्वाने भारावून गेली आहे.

कारणदर्शक अव्यये व परिणामदर्शक अव्यये ही एकाच अर्थाने वापरता येतात;

परंतु क्रिया व क्रियेचे कारण दाखविणारी वाक्ये आपली जागा बदलतात. उदाहरणार्थ- ती त्याच्यावर उत्कटपणे प्रेम करते कारण ती त्याच्या व्यक्तित्वाने भारावून गेली आहे. (कारणदर्शक). त्याच्या व्यक्तित्वाने ती भारावून गेली आहे म्हणून ती त्याच्यावर उत्कटपणे प्रेम करते. (परिणामबोधक).

२) उद्देशदर्शक : ज्या अव्ययांमुळे पहिल्या वाक्यातील क्रियेचा उद्देश, हेतू दुसऱ्या वाक्यात सांगितला जातो त्यांस उद्देशदर्शक अव्यये म्हणतात. ती अशी- सबब, म्हणून, यास्तव, कारण की, का की, की ही अव्यये परिणामबोधकासारखीच असली तरी दोहोंत फरक आहे. ज्या वाक्यात परिणाम निर्देश केलेला असतो त्याच्या आरंभी 'म्हणून' हे अव्यय येते तर ज्यात उद्देशाचा उल्लेख असतो त्याच्या अखेरीस 'म्हणून' हे अव्यय येते. उदाहरणार्थ– तो विष प्याला म्हणून मेला (परिणामबोधक). त्याला मरायचे होते म्हणून तो विष प्याला (उद्देशदर्शक). अशा प्रकारे परिणामबोधक व उद्देशदर्शक अव्यये दिसायला सारखीच असली तरी त्यांचा उपयोग भिन्न पद्धतीने केला जातो.

३) संकेतदर्शक : संकेत किंवा अट असा अर्थ दाखवून दोन वाक्ये जोडण्यासाठी ज्या अव्ययांचा उपयोग केला जातो त्यांना संकेतदर्शक अव्यये म्हणतात. ती अशी- जर-तर, जरी-तरी, यद्यपि-तथापि, म्हणजे, की. यांतील 'म्हणजे, की' ही दोन अव्यये सोडून बाकीची जोडीने येतात आणि ती संबंधी, अनुसंबंधी सर्वनामासारखी आहेत. उदाहरणार्थ– जरी त्याने प्रेम केले तरी तिने प्रतिसाद दिला नाही. जनतेची सेवा करा म्हणजे ती तुम्हास निवडून देईल. प्रेम केलेत की कविता सुचते.

४) स्वरूपदर्शक : या अव्ययांनी दोन वाक्ये जोडली जातात तेव्हा पहिल्या वाक्याचा खुलासा, त्याचे स्वरूप पुढील वाक्याने स्पष्ट होते. ती अशी-म्हणजे, म्हणून, की, जे. उदा. अश्व म्हणजे घोडा, कोबी म्हणून एक भाजी आहे. ती म्हणाली की मी तुमचीच आहे.

उभयान्वयी अव्ययांच्या वेगवेगळ्या प्रकारात काही समान अव्यये आढळत असली तरी त्यांचा वेगवेगळ्या पद्धतींनी, अर्थांनी उपयोग होतो म्हणून त्यांचे वेगवेगळे प्रकार मानणे योग्य ठरते.

दादोबांनी कदाचित, क्वचित, पक्षी, प्राय: इत्यादी शब्दांना शब्दयोगी अव्यये म्हटले आहे; परंतु ती वाक्यामधील संबंध दाखवीत नसून क्रियेचे धर्म दाखवितात, म्हणून त्यांना क्रियाविशेषण अव्यये म्हणणे योग्य.

❑

केवलप्रयोगी अव्यये

केवलप्रयोगी अव्यय ही शब्दजाती मानण्याबद्दल व्याकरणकारांमध्ये वाद आहे. शब्द म्हणजे सार्थ ध्वनिसमूह होय. त्या अर्थाने केवलप्रयोगी अव्ययांना शब्द म्हणता येईल; परंतु केवळ अर्थ व्यक्त करणे एवढेच शब्दाचे लक्षण व कार्य नव्हे, तर वाक्याचा घटक बनून विधानपूर्तता करणे हेही महत्त्वाचे कार्य होय. केवलप्रयोगी अव्यये अशी वाक्यगत घटक बनत नसल्याने आणि त्यांचे स्वरूप इतर शब्दजातींपेक्षा वेगळे असल्याने त्यांच्याविषयी वाद निर्माण झाला आहे.

उत्कट भावनेच्या क्षणी मुखावाटे काही उद्गार बाहेर पडतात. त्यांतून कोणती तरी भावना व्यक्त होते. अशा उद्गारवाची शब्दांना केवलप्रयोगी अव्यये असे म्हटले जाते. हे शब्द अविकारी असतात, त्यांचा स्वतंत्रपणे उपयोग होत असल्याने त्यांचा वाक्याशी संबंध नसतो. म्हणून श्री. कृष्णशास्त्री गोडबोले यांनी म्हटले आहे, "केवलप्रयोगी अव्यये मानण्याची आवश्यकता नाही. केवलप्रयोगी अव्ययांचा वाक्यामध्ये उपयोगच नसतो; म्हणून ते शब्द व्याकरणामध्ये अनावश्यक आहेत." आगरकरांनीही ही शब्दजाती मानण्यास विरोध करताना म्हटले आहे, "वाक्यमीमांसेच्या दृष्टीने ही शब्दजाती मानण्याची गरज नाही. वाक्यदृष्टीने शब्दांची विभागणी करताना शब्दांकडून होत असलेले कार्य व शब्दांचा अर्थ या दोन गोष्टी लक्षात घेणे आवश्यक आहे; पण वाक्यदृष्टी वगळून व्याकरणदृष्टीने विचार केला तरी केवलप्रयोगी अव्यये मानण्याची गरज नाही; कारण ती अव्यये वाक्यार्थाला मदत करीत नाहीत व त्यांच्यामध्ये वाक्याचा समग्र अर्थ व्यक्त करण्याचे सामर्थ्य असले तरी ती कोणतेही विधान स्पष्टपणे करीत नाहीत." यावरून केवलप्रयोगी अव्ययाचे स्वरूप इतर शब्दजातींपेक्षा वेगळे कसे आहे ते दिसून येते.

केवलप्रयोगी अव्यय : व्याख्या व स्वरूप

केवलप्रयोगी अव्ययाच्या खालील व्याख्यांमधून त्याचे स्वरूप स्पष्ट होते.

१) जी अव्यये वाक्यात अन्वय पावणारा अर्थ दाखवीत नाहीत किंवा वाक्यावाक्याचा संबंधही भासवीत नाहीत, तर केवळ बोलणाऱ्याच्या मनातील हर्ष, शोक, आश्चर्य, तिरस्कार, अनुमोदन इत्यादी वृत्ती मात्र दर्शवितात, त्यांस केवलप्रयोगी अव्यये किंवा उद्गारवाचक अव्यये म्हणतात.

- कृष्णशास्त्री चिपळूणकर

२) ज्या अव्ययांचा वाक्याशी काही संबंध नसतो म्हणजे ज्यांच्याशिवाय वाक्यामध्ये अर्थाची काहीएक उणीव भासत नाही, किंवा जी वाक्यावाक्यांचाही संबंध दाखवीत नाहीत, तर केवळ बोलणाऱ्याच्या मनातील हर्षशोकादी वृत्ती मात्र दाखवितात, ती केवलप्रयोगी किंवा उद्गारवाची अव्यये होत.

- मो. के. दामले

या व्याख्यांवरून केवलप्रयोगी अव्ययाची लक्षणे स्पष्ट होतात. त्यांतून एक गोष्ट स्पष्टपणे जाणवते. की, ती शब्द असण्यापेक्षा वाक्येच असतात आणि त्यांच्यातून कोणती तरी भावना व्यक्त होते म्हणून त्यांना उद्गारवाचक अव्यय म्हटले जाते. परंतु उद्गारवाचकापेक्षा भावोद्गारवाचक अव्यये असा शब्दप्रयोग वापरणे उचित ठरेल.

प्रा. कृ. पां. कुलकर्णी यांनी केवलप्रयोगी अव्ययांची वैशिष्ट्ये स्पष्ट केली आहेत, ती अर्थपूर्ण आहेत. ती अशी-

१) केवलप्रयोगी अव्यये म्हणजे मनातील भावनांचे अकस्मात बाहेर पडलेले उद्गार होत.

२) ती अव्यये असतात. त्यांना कसलेही प्रत्यय लागलेले नसतात आणि लागतही नाहीत.

३) ते एक अव्यय म्हणजे प्रच्छन्न असलेले सारे वाक्यच असते.

४) इतर वाक्यांशी त्यांचा संबंध नसतो.

५) ह्या वाक्यात कर्ता, कर्म, क्रियापद काहीच नसते. ते वाक्य म्हणजे केवळ उद्गार असतो व त्यात सर्व वाक्याचा पूर्ण अर्थ सामावलेला असतो.

६) त्याच्या वाक्यात केवळ प्रयोग करतात; पण वाक्याशी त्याचा साक्षात संबंध नसतो.

७) मनातील जे विकार ह्या अव्यय शब्दांच्या रूपाने बाहेर पडतात त्यांत आनंद, शोक, आश्चर्य, संमती, नकार, तिरस्कार हे मुख्य होत.

८) उद्गारवाचक शब्द हे खरे पाहता स्फोट आहेत. ते त्या त्या परिस्थितीत एकदम आपोआप बाहेर पडतातच. ते शब्द म्हणजे भावनेचा उद्रेक असतो, स्फोट असतो, उमाळा असतो; म्हणून त्यांचा वाक्यातील इतर शब्दांशी संबंध नसतो.

९) ही अव्यये आपण समजतो त्या अर्थाने निरर्थक नाहीत. वाक्याशी त्यांचा संबंध नसला तरी माणसाच्या मनातील भावना, विकार, उद्रेक, उमाळा, प्रतिक्रिया ह्यांची अभिव्यक्ती करण्याचे महत्त्वाचे कार्य ती अव्यये करतात. भाषिक व्यवहाराच्या दृष्टीने हे कार्य महत्त्वाचे आहे.

१०) आणि दुसराही एक उपयोग आहे तो म्हणजे शैली म्हणून!... त्यामुळे वाक्य सुशोभित होते, शैलीमध्ये भावनिक गुण निर्माण होण्यास ह्या उद्गारवाची अव्ययांची मदत होते.

केवलप्रयोगी अव्ययांची सारी वैशिष्ट्ये यात स्पष्ट होतात.

केवलप्रयोगी अव्ययाचे प्रकार

केवलप्रयोगी अव्ययाचे प्रकार ती दाखवीत असलेल्या भावनांच्या आधारे केले आहेत. ते असे-

१) **हर्षद्योतक :** वा, वाः, वाहवा, अहा, अहाहा, ओहो, आहा.

२) **शोकद्योतक :** ऊँ, अँ, हाय, हाय हाय, हाय रे, अयाई, आई गं, हरहर, शिवशिव, अरेरे, अगग, देवा रे.

३) **आश्चर्यद्योतक :** अहा, अबब, बबब, आहा, अहाहा, अगऽबाई, अरे बापरे, ओहो.

४) **अनुमोदन, प्रशंसाद्योतक :** होय, ठीक, वाहवा, शाबास, अच्छा, धन्य, हूं.

५) **तिरस्कारद्योतक :** हट्, छेः, छत्, छी, छी छी, भलतेच, थत्, उः.

६) **उद्वेग, विरक्ती, धिक्कारद्योतक :** धिक्, इश्श, थूत, थूः, ओय, हिडीस, धुत्, शुक्,

७) **स्तब्धता, मौन, प्रतिबंधद्योतक :** चूप, चीप, गप, गपचीप.

८) **स्वीकारद्योतक :** जी, ठीक, बरे, हं, हा, होय.

९) **विरोधद्योतक :** छट्, छिः, छे, अंहं, ऊंहू.

१०) **संबोधनद्योतक :** ही लिंगवचनाप्रमाणे वेगळी आहेत. ती अशी-
पुल्लिंग - अरे, रे, अगा
स्त्रीलिंग - अगे, गे, अगो, ग, ए, हे, अगं
नपुंसकलिंग - वा, हो, गा, हे, ए, अरे

११) वाक्यमय : संबंध वाक्यच काही वेळा उद्गारवाचक अव्यय असते. उदा.- काय मौज! तथास्तु महाराज! किती यातना! ज्याचे नाव ते!

यावरून असे दिसून येते की, विविध प्रकारच्या भावना व्यक्त करताना विविध उद्गार बाहेर पडतात, त्यांचा यात अंतर्भाव केलेला आहे.

काही शब्द असे असतात की, बोलणारा बोलताना आपल्या बोलण्यास जोर, ऐट, सौंदर्य, गोडी आणण्यासाठी त्या शब्दांचा उपयोग करतो, असे शब्द उद्गारच असतात. त्यांचा वाक्यार्थाशी काही संबंध नसतो. त्यांचा काही विशिष्ट अर्थ असतो अगर त्यांची आवश्यकता असते असे नाही. अशा उगीचच वापरल्या जाणाऱ्या शब्दांना दामले यांनी 'व्यर्थ उद्गारवाची अव्यये' असे म्हटले आहे. तर कृ. पां. कुलकर्णी यांनी 'केवलप्रयोगी शब्द' म्हटले आहे. ही अव्यये अशी-

आपला - तो आपला काहीतरी बोलतो.

बेटे - मग बेटे असे झाले.

बरीक - त्याची बरीक कमाल झाली हं.

की - जातो की, येते की.

म्हणे - तो म्हणे वेडा झाला.

घ्या - हा घ्या, मी जातो.

मग - राहू द्या तर मग!

❑

लिंगविकार

लिंगविकारः स्वरूप व व्याख्या

प्रातिपदिके म्हणजे नाम, सर्वनाम व विशेषण यांना तीन प्रकारचे विकार होतात. ते म्हणजे - १) लिंगविकार, २) वचनविकार, ३) विभक्तिविकार. या विकारांमुळे प्रातिपदिकांची मूळची रूपे बदलतातच; पण त्याचबरोबर त्यांचा वाक्यात उपयोग करताना वाक्यरचनेवरही परिणाम होतो. तथापि विभक्तिविकार जेवढे स्पष्ट व नियमबद्ध आहेत तेवढे लिंगविकार व वचनविकार नाहीत.

या विकारांपैकी एक विकरण किंवा विकार म्हणजे लिंगविकार. मराठीतील लिंगविकार व्यवस्था ही फारच अनियमित व गोंधळाची आहे; म्हणून ग. ह. केळकरांनी म्हटले आहे, "आजच्या मराठीत लिंगे पाहिली तर त्यात युक्तीचा किंवा तर्काचा भाग फारसा दिसत नाही. मराठीतील शब्द निरनिराळ्या काळात निरनिराळ्या भाषांतून आलेले आहेत. यांचा हा एकंदरीत परिणाम असू शकेल... मराठीतील लिंगभेद अतिशय कृत्रिम व अनियमित आहेत." कृ. पां. कुलकर्णी यांच्या मतेही, 'एकूण हे लिंगप्रकरण सर्वत्र क्लिष्ट आणि कठीण आहे... मराठी भाषेतील शब्दांची लिंगव्यवस्था ही एक कठीण समस्या आहे. अमूक शब्द अमूक लिंगाचाच असला पाहिजे असे विधान करणे कठीण आहे. मराठी भाषेच्या लिंगव्यवस्थेबद्दल ठाम असा नियम नाही." या पार्श्वभूमीवर लिंगव्यवस्थेचा विचार केला पाहिजे.

लिंगभेदांचे स्वरूप

मराठीत सामान्यत: तीन लिंगे मानली जातात. हा कदाचित संस्कृत भाषेचा प्रभाव असावा. संस्कृत भाषेत पुल्लिंग, स्त्रीलिंग व नपुंसकलिंग असे तीन प्रकार मानले आहेत. मराठीतही ती तीन लिंगे मानण्यात आली आहेत.

लिंग या शब्दाचा अर्थ लक्षण, खूण किंवा चिन्ह असा आहे. लिंग म्हणजे चिन्ह

पण ते पदार्थाचे पुंस्त्व, स्त्रीत्व, नपुंस्त्व, ह्यांपैकी कोणते तरी एक दाखविणारे चिन्ह असा मर्यादित अर्थ व्याकरणात रूढ झाला आहे. निसर्गामध्ये सजीव मानवप्राण्यांमध्ये पुरुष व स्त्री असा भेद आहे, त्याप्रमाणे मानवेतर सजीव प्राण्यांत त्याच अर्थाचा नर-मादी असा भेद आहे. त्यामुळे भाषेतही त्यांच्या खुणा म्हणून पुल्लिंग व स्त्रीलिंग असा भेद मानला जाणे स्वाभाविक आहे.

परंतु प्रश्न निर्माण होतो तो अचेतन वस्तू वा पदार्थांचे लिंग ठरविण्याबाबत 'सोने' नपुंसकलिंगी व 'चांदी' स्त्रीलिंगी का? 'पर्वत' पुल्लिंग तर 'टेकडी' स्त्रीलिंगी का? या प्रश्नांना तार्किक उत्तर नाही. केवळ रूढी, परंपरा यामुळे भाषेत त्या शब्दांचे लिंग ठरले एवढेच. तथापि, या संदर्भात मीमांसा करताना कृ. पां. कुलकर्णी यांनी म्हटले आहे, "त्या जड पदार्थाचा आकार मोठा, सामर्थ्य मोठे व थोडक्यात म्हणजे पुरुषप्राण्याचे सर्वसामान्य गुणधर्म असतात ते ज्या जड पदार्थात आढळतात तो पदार्थ पुल्लिंगी होय. ज्या निर्जीव जड वस्तूत कोमलता, लहानपणा, दुबळेपणा वगैरे स्त्रीप्राण्याचे सामान्य गुणधर्म आढळून येतात ती वस्तू स्त्रीलिंगी होय. ह्याप्रमाणे जरी आपण काही पदार्थांची लिंगे व चिन्हे ठरविली तरी पुन्हा असे कितीतरी पदार्थ उरतातच. त्यांची चिन्हे, लिंगे कशी ठरवावयाची? ह्याचे उत्तर सरळ असे की, ते पदार्थ पुल्लिंगी नाहीत; कारण पुरुषात्वाचे गुणधर्म त्यात नाहीत. ते स्त्रीलिंगी नाहीत; कारण त्यांच्यात स्त्रीत्वाचे गुणधर्म नाहीत. तेव्हा हे उरलेले पदार्थ आणि त्यांचे वाचक शब्द हे पुल्लिंगी नसलेले म्हणजे नपुंसकलिंगी ठरतात," असे मत व्यक्त करून त्यांनी म्हटले आहे की, यावरून पुढील गोष्टी सिद्ध होतात-

१) निसर्गातील सजीव पदार्थांचे प्रकार दोन-

१) पुल्लिंगी २) स्त्रीलिंगी

२) निसर्गातील निर्जीव जड पदार्थांचे प्रकार तीन-

१) पुल्लिंगी, २) स्त्रीलिंगी, ३) नपुंसकलिंगी.

३) सजीव प्राण्यांमध्येही एखादा प्राणी नर - पुल्लिंग आहे की मादी स्त्रीलिंग आहे हे पक्के माहीत नसेल तर त्याचा उल्लेख नपुंसकलिंगी करावा.

भाषिक व्यवहारात निसर्गातील या व्यवहाराचे प्रतिबिंब पुढीलप्रमाणे आढळते-

१) पुरुषवाचक शब्द-पुल्लिंगी

२) स्त्रीवाचक शब्द-स्त्रीलिंगी

३) जड, निर्जीव पदार्थवाचक शब्द-पुल्लिंगी, स्त्रीलिंगी व नपुंसकलिंगी.

४) अज्ञातलिंगी पदार्थवाचक शब्द-नपुंसकलिंगी

लिंग : व्याख्या

कृ. पां कुलकर्णी यांनी 'लिंग' या संज्ञेची व्याख्या करताना म्हटले आहे,

“निसर्गातील पदार्थाचे वास्तविक अगर काल्पनिक पुरुषत्व अथवा स्त्रीत्व अगर त्या दोहोंपासून भिन्नत्व असे नपुंसकत्व दाखविणारी जी खूण ते त्या पदार्थाचे लिंग होय.” मराठीतील लिंगाच्या बहुतेक व्याख्या या व्याख्येशी जुळणाऱ्या आहेत. मो. के. दामले यांनी लिंगभेदांच्या व्याख्या त्याच शब्दांत केल्या आहेत. त्यांनी म्हटले आहे-

१) पुल्लिंग : ज्या नामाच्या वाक्यातील प्रयोगावरून त्याच्या अर्थाच्या ठायी वास्तविक किंवा काल्पनिक पुरुषत्वाचा बोध होतो त्यास पुल्लिंग असे म्हणतात. जसे- घोडा, बैल, सूर्य, गोळा.

२) स्त्रीलिंग : ज्या नामाच्या वाक्यातील प्रयोगावरून त्याच्या अर्थाच्या ठायी वास्तविक किंवा काल्पनिक स्त्रीत्वाचा बोध होतो त्यास स्त्रीलिंग म्हणतात. जसे- नदी, गाय, काठी.

३) नपुंसकलिंग : ज्या नामाच्या वाक्यातील प्रयोगावरून त्याच्या अर्थाच्या ठायी वास्तविक किंवा काल्पनिक उभयभिन्नत्वाचा म्हणजे पुरुषत्व किंवा स्त्रीत्व ह्या दोहोंहून वेगळेपणाचा बोध होतो त्यास नपुंसकलिंग म्हणतात. जसे- पत्र, पुस्तक, कपाट, यश, आकाश.

४) सामान्यलिंग : दादोबा पांडुरंग यांनी या तीन लिंगांशिवाय आणखी एक प्रकार मानला आहे तो म्हणजे सामान्यलिंग. त्यांच्या मते, “ज्या नामेकरून वर सांगितलेल्या (म्हणजे पुल्लिंग, स्त्रीलिंग व नपुंसकलिंग) कोणत्याही लिंगाचा ज्या काळी एखाद्या वाक्यात निश्चय करता येत नाही, त्या काळी सामान्यलिंग समजावे.” उदा. मित्र, मी, तू, पक्षी. परंतु दामल्यांच्या मते, “सामान्यलिंग म्हणण्यापेक्षा संदिग्ध, संशययुक्त किंवा अनिश्चित लिंग असे म्हणणे बरे...सामान्यलिंग ही संज्ञाही निरुपयोगी होय, अनेकलिंगी शब्दांची फक्त नोंद केली म्हणजे झाले.” चिपळूणकरांच्या मतेही ‘सामान्यलिंग मानणे बरोबर नाही. असल्या शब्दांस उभयलिंगी किंवा अनेकलिंगी हे नाव शोभते. सामान्यलिंगी हे नाव बरोबर दिसत नाही. सामान्यलिंग याची भाषेला तर मुळीच जरूर नाही...कारण भाषेत पुल्लिंग, स्त्रीलिंग, व नपुंसकलिंग यांचे जसे आ, ई, एँ हे प्रत्यय आहेत, जे नामे व क्वचित विशेषणे आणि क्रियापदे यांना लागतात, तसा एखादा सामान्यलिंगाचा काही प्रत्यय नाही.”

दादोबांनी लिंगव्यवस्था सांगण्याचा प्रयत्न तीन दिशांनी केला आहे- १) अर्थ, २) अंत्यवर्ण व प्रत्यय, ३) लोकव्यवहार. परंतु अर्थाची दिशा अप्रयोजक आहे कारण एकाच अर्थाचे शब्द असूनही त्यांची लिंगे भिन्न असतात. उदा.- वृक्ष (पु.), झाड (नपुं.), रस्ता (पु.), सडक (स्त्री.) गुंजीकरांनी व्युत्पत्तीदृष्ट्या म्हणजे संस्कृत भाषेच्या लिंगानुसार मराठीत तत्सम व तद्भव या दोन्ही प्रकारच्या शब्दांचे लिंग बहुधा असते असे म्हटले आहे. परंतु मराठीतील संस्कृत तत्सम व तद्भव शब्दांचे लिंग समान असेलच असे नाही, म्हणून अर्थावरून किंवा व्युत्पत्तीवरून लिंगव्यवस्था मानणे योग्य ठरत

नाही. दामले म्हणतात त्याप्रमाणे, "शिष्ठ लोकव्यवहार हा एकच मागे बिनचूक होय."

दादोबांनी आणखी एक मार्ग सांगितला आहे तो म्हणजे, "ज्या नामामागे तो हे सर्वनाम लागते ती सर्व पुल्लिंगी नामे, ज्या नामांमागे ती हे सर्वनाम लागते ती सर्व स्त्रीलिंगी सर्वनामे, ज्या नामांमागे ते हे सर्वनाम लागते ती सर्व नपुंसकलिंगी नामे समजावीत." परंतु हा नियम पाळणे कठीण आहे; कारण एखाद्या शब्दांचे लिंग कळल्याशिवाय तो, ती, ते या सर्वनामांचा उपयोग कसा कळणार? म्हणून लोकव्यवहार व शब्दांचे अंत्यवर्ण यांवरून लिंगव्यवस्था मानणे काही अंशाने योग्य ठरते. पुरुषत्व व स्त्रीत्व यांचा बोध करणाऱ्या सजीव प्राण्यांच्या बाबतीत लिंग मानणे अवघड नाही. तेथे अर्थावरून लिंग कळते. इतर वस्तू, पदार्थ, प्राणी इत्यादी शब्दांबद्दल लिंग ओळखणे कठीण जाते. तथापि त्याबद्दल काही सामान्य नियम मात्र आपणास तयार करता येतात.

लिंगव्यवस्थेचे सामान्य नियम

१) प्राणिवाचक नामांपैकी पुरुषवाचक नामे पुल्लिंग आणि स्त्रीवाचक नामे स्त्रीलिंग असतात. जसे - पुरुष, घोडा, बकरा (पुल्लिंगी). स्त्री, घोडी, बकरी (स्त्रीलिंगी).

२) प्राणिवाचक नामांपैकी ज्या नामांनी सामान्य जातीचा बोध होतो त्याचे बहुधा नपुंसकलिंग असते कारण त्या ठिकाणी पुल्लिंग, स्त्रीलिंग भेदाची फारशी अपेक्षा नसते. जसे- जनावर, घोडे, कुत्रे, पिल्लू, वासरू.

३) प्राणिवाचक नामांपैकी अपत्यवाचक नामे बहुधा नपुंसकलिंगी असतात; कारण त्याठिकाणी स्त्री-पुरुष भेदाची विशेष अपेक्षा नसते. जसे- मूल, अपत्य, बाळ, वासरू, पिल्लू.

४) ज्या मराठी नामांच्या अंती बिंदू असतो म्हणजे ज्यांचा अंत्यवर्ण अनुनासिक असतो ती सारी नपुंसकलिंगी समजली जातात. जसे- दहीं, मोतीं, गुरूं, बकरें, अंडें, तळें, बोलणें.

५) भाववाचक नामांच्या लिंगासंबंधी पुढील गोष्टी दिसून येतात-

अ) पणा आणि वा प्रत्ययान्त भाववाचक नामे पुल्लिंगी असतात.
उदा.- देवपणा, मनुष्यपणा, चांगुलपणा, गारवा, ओलावा.

आ) ई, की, ता, गिरी हे प्रत्यय लागून साधलेली भाववाचक नामे स्त्रीलिंगी असतात. उदा.- गरिबी, लांबी, पाटिलकी, धन्यता, मानवता, कारागिरी, भामटेगिरी.

इ) पण, त्व, य, व हे प्रत्यय लागून साधणारी भाववाचक नामे नपुंसकलिंगी असतात. उदा.- चांगुलपण, शूरत्व, शौर्य, मार्दव, गौरव.

६) कृदन्ते किंवा धातुसाधिते नामांच्या लिंगाविषयी प्रत्ययांवरून काही नियम बांधता येतात-

अ) आ आणि आव प्रत्ययान्त कृदन्त नामे पुल्लिंगी असतात. उदा. वेढा, झगडा, ठोका, चावा, भरडा, चढाव, जमाव.

आ) णान्त आणि नान्त म्हणजे ण आणि न प्रत्ययान्त कृदन्त नामे बहुधा नपुंसकलिंगी असतात. उदा.- दळण, कांडण, भांडण, लेखन, साधन, सारवण.

इ) ई प्रत्ययान्त एकेरी व अ आणि ई प्रत्ययान्त द्विरुक्त धातुसाधित नामे स्त्रीलिंगी असतात. उदा.- उडी, थुंकी, थापी, मारामार, पळापळ, धावाधाव, मारामारी.

ई) णी, णूक, णावळ या प्रत्ययांनी साधलेली कृदन्त नामे स्त्रीलिंगी असतात. उदा.- कापणी, लेखणी, चाळणी, वागणूक, घडणावळ.

उ) धातू शब्दाची द्विरुक्ती होऊन जी स्त्रीलिंगी आकारान्त धातुसाधित नामे होतात, त्यांना आट प्रत्यय लागून जी रूपे तयार होतात ती मात्र पुल्लिंगी असतात. उदा.- पळापळ-पळपळाट, चकचक-चकचकाट.

ऊ) ती (मूळ संस्कृत शब्दांत ति) प्रत्ययान्त क्रियावाचक संस्कृत नामे मराठीत स्त्रीलिंगी समजली जातात. उदा.- कृती, प्रीती, नीती, मती, रती, बुद्धी, सिद्धी.

ऋ) त प्रत्ययान्त धातुसाधित नामे नपुंसकलिंगी असतात. उदा.- गत, स्खलित, लिखित.

लृ) य, त्य, या प्रत्ययांनी साधलेली संस्कृत धातुसाधित नामे नपुंसकलिंगी असतात. उदा.- कार्य, कृत्य, सत्य, नित्य.

ए) त्र प्रत्ययान्त शब्द प्रायः नपुंसकलिंगी आहेत. उदा.- सूत्र, मंत्र, तंत्र, पात्र, सत्र.

ऐ) ईक प्रत्ययान्त नामे स्त्रीलिंगी आहेत. उदा.- आगळीक, तिडीक, मोकळीक, सोयरीक.

ओ) इमा प्रत्ययान्त संस्कृत शब्द पुल्लिंगी असतात, पण मराठीत ती स्त्रीलिंगी आढळतात. उदा.- महिमा, गरिमा.

७) फारसी, अरबी व इंग्रजी ह्या परकीय भाषांतून जे शब्द मराठीत आले आहेत त्यांच्या लिंगाबद्दल काहीच नियम नाही. तथापि असे दिसून येते की, मूळ परकीय शब्दाला मराठीत जो प्रतिशब्द असेल त्याचेच लिंग परकीय शब्दाच्या बाबतीत समजले जाते. उदा.- मोटार (स्त्री), पेन (नपुं), पेपर (पु.), चेअर (स्त्री.), हॉस्पिटल (नपुं.).

लिंगपरिवर्तनाचे नियम

मूळ पुल्लिंगी शब्दास काही प्रत्यय लावून त्याची स्त्रीलिंगी रूपे तयार करण्याची प्रवृत्ती मराठीत आढळते. हेच लिंग परिवर्तन होय. परंतु हे फक्त पुल्लिंगाची स्त्रीलिंगात रूपांतर करण्याबाबत दिसून येते. नपुंसकलिंगात बहुतेक कोणतेही लिंग परिवर्तित होत नाही.

पुल्लिंगाचे स्त्रीलिंगात रूपांतर करण्याबाबत खालील नियम आहेत-

१) प्राणिवाचक आकारान्त पुल्लिंगी नामास ई आणि ए हे प्रत्यय लावून अनुक्रमे स्त्रीलिंग व नपुंसकलिंग साधले जाते. उदा. घोडा-घोडी-घोडे; लांडगा-लांडगी-लांडगे; कुत्रा-कुत्री-कुत्रे; कोल्हा-कोल्ही-कोल्हे.

२) नात्याच्या आकारान्ती पुल्लिंगी नामांना ई प्रत्यय लावून स्त्रीलिंगी नामे साधली जातात. उदा. काका-काकी, मामा-मामी, आजा-आजी, चुलता-चुलती.

३) मनुष्यतर प्राणिवाचक शब्दांना ई, ईण प्रत्यय लावून त्याची स्त्रीलिंगी रूपे साधली जातात. उदा. हरीण-हरिणी, मृग-मृगी, देव-देवी, दास-दासी, वाघ-वाघीण, सिंह-सिंहीण, पाटील-पाटलीण, मास्तर-मास्तरीण.

लिंगव्यवस्थेविषयी असे काही नियम सांगता आले तरी त्याविषयी ठाम नियम मात्र नाहीत. नियमाला अपवाद खूप आहेत.

सर्वनाम व विशेषण यांचे लिंगस्वरूप

नामाप्रमाणे सर्वनामांची रूपेही लिंगदर्शक आहेत. काही पुल्लिंगी, काही स्त्रीलिंगी, काही नपुंसकलिंगी तर काही सर्वलिंगी आहेत. उदा.- पुल्लिंगी – मी, आम्ही, तू, तुम्ही, तो. स्त्रीलिंगी-मी, आम्ही, तू, तुम्ही, ती, त्या. नपुंसकलिंगी-ते; सर्वलिंगी-प्र.पु.व.द्वि.पु. सर्वनामे.

प्रथम पुरुष व द्वितीय पुरुष सर्वनामे तिन्ही लिंगी वापरली जातात. त्यांची लिंगे त्या वाक्यातील क्रियापदावरून ओळखली जातात. उदा.- मी जातो, मी जाते.

विशेषणासही लिंगविकार होतो; परंतु तो विशेष्याप्रमाणे. विशेष्याचे जे लिंग तेच विशेषणाचे लिंग. बहुधा पुल्लिंगी नामाबद्दल आकारान्त विशेषणरूप लिंगस्वरूपात येते. स्त्रीलिंगी नामांबद्दल ईकारान्ती रूप येते तर नपुंसकलिंगी नामांबद्दल एकारान्ती रूप येते. उदा.- चांगला मुलगा, चांगली मुलगी, चांगले मूल.

मात्र काही विशेषणे अविकारी असल्याने त्यांची तिन्ही लिंगी रूपे समानच राहतात. उदा.: सुंदर मुलगा, सुंदर मुलगी, सुंदर फूल.

❑

वचनविकार

वचनविका : स्वरूप व व्याख्या

सर्व विकारी शब्दांच्या ठिकाणी, प्रामुख्याने नाम, सर्वनामांच्या ठिकाणी संख्या सुचविण्याचे सामर्थ्य असते. त्यालाच वचन असे म्हणतात. एका व्यक्तीविषयी अगर वस्तूबद्दल बोलणे म्हणजे एकवचन, अनेक व्यक्ती अगर अनेक वस्तूंबद्दल बोलणे म्हणजे अनेकवचन. अनेकवचनास बहुवचन असेही म्हणतात. नाम किंवा सर्वनाम यांच्या मूळ रूपावरूनच एकत्वाचा किंवा अनेकत्वाचा म्हणजे संख्येचा बोध होतो. अर्थात काही वेळा दोन्ही वचनी शब्दांची रूपे समान असतात. तेव्हा वाक्यरचनेवरून त्यांचे वचन ओळखावे लागते. उदा. दात पडला, दात पडले. लाडू खाल्ला, लाडू खाल्ले.

मो. के. दामले यांनी वचनाची व्याख्या करताना म्हटले आहे, ''नामाच्या व इतर सर्व विकारी शब्दांच्या ठायी संख्या सुचविण्याचा जो धर्म असतो, त्यास वचन असे म्हणतात. मराठीत वचने दोन आहेत, एकवचन आणि अनेकवचन किंवा बहुवचन.'' या व्याख्येत दामल्यांनी 'संख्या सुचविण्याचा धर्म' हे जे लक्षण सांगितले आहे ते अतिव्याप्त वाटते. वचनावरून एक, दोन, तीन, चार अशा संख्यांचा बोध होत नसून एक किंवा एकाहून अधिक असा बोध होतो, म्हणून कृ. पां. कुलकर्णी यांची व्याख्या योग्य वाटते. त्यांच्या मते, ''वचन म्हणजे बोलणे. एका व्यक्तीबद्दल अगर वस्तूबद्दल बोलणे म्हणजे एकवचन; अनेक व्यक्ती किंवा वस्तूंबद्दल बोलणे म्हणजे अनेकवचन.'' ग. ह. केळकरांची व्याख्याही अर्थपूर्ण आहे. त्यांच्या मते, ''सविभक्तिक शब्दाच्या रूपावरून जसे त्याचे लिंग समजते तसेच त्या शब्दाने दाखविली जाणारी वस्तू एक आहे की तशा वस्तू अनेक आहेत हेही समजते. हा जो शब्दांचा व त्यांच्या रूपांचा धर्म, त्याला वचन असे म्हणतात.'' उदा. आंबा-आंबे, पुस्तक-पुस्तके.

वचनांचे प्रकार

मराठीत वचनाचे प्रकार दोन आहेत- १) एकवचन २) अनेकवचन. एकत्वाचा बोध होतो तेव्हा एकवचन व अनेकत्वाचा बोध होतो तेव्हा अनेकवचन असते. एकवचनी शब्दांना काही प्रत्यय लागून त्यांची अनेकवचनी रूपे तयार होतात. तथापि काही शब्द दोन्ही वचनी समानच असतात. निरनिराळ्या शब्दांच्या अंत्य स्वरानुसार व लिंगानुसार अनेकवचनाची निरनिराळी रूपे तयार होतात. अर्थात लिंगाप्रमाणे वचनांच्याबाबतीतही अनियमितता आढळते. तथापि जे नियम आढळतात ते पुढीलप्रमाणे-

अंत्यस्वर	पुल्लिंग	स्त्रीलिंग	नपुंसकलिंग
अ	अ	आ, ई	ए
आ	ए	आ	शब्द नाही.
इ	इ	ई	इ
ई	ई	आ	ए
उ	उ	उ	उं
ऊ	ऊ	आ	ए
ऋ, लृ	शब्द नाही.	शब्द नाही.	शब्द नाही.
ए	शब्द नाही.	आ	ई
ऐ	शब्द नाही.	आ	शब्द नाही.
ओ	ओ	आ	शब्द नाही.
औ	औ	शब्द नाही.	शब्द नाही.

पुल्लिंगी नामे

१) आकारान्त नामे वगळून बाकी सर्व प्रकारच्या पुल्लिंगी नामांचे अनेकवचन होताना शेवटचे अक्षर बदलत नाही. उदा. देव-देव; लाडू-लाडू; तेली-तेली.

२) आकारान्त नामाचे अनेकवचन एकारान्त होते. उदा. आंबा-आंबे, चुलता-चुलते.

स्त्रीलिंगी नामे

१) आ, इ, उ कारान्त नामांचे अनेकवचन होताना मूळच्या रूपात काही फरक होत नाही. उदा.- माता-माता, शाळा-शाळा, गती-गती, धनू-धनू.

२) ए, ऐ, ओ कारान्त नामे यांचे अनेकवचन आकारान्ती होते. उदा.- बायको-बायका.

३) ई, ऊ कारान्त नामांची अनेकवचने ई-कारान्ती किंवा या-कारन्ती होतात. उदा. स्त्री-स्त्रिया, आई-आया, जाऊ-जावा, नदी-नद्या, बी-बिया, साडी-साड्या.

४) अकारान्त नामांचे अनेकवचन आ-कारान्ती, ई-कारान्ती किंवा ए-कारान्ती होते. उदा. भिंत-भिंती, रीत-रीती, कोळण-कोळीणी, झोप-झोपा, गार-गारा.

नपुंसकलिंगी नामे

१) ईकारान्त व उ-कारान्त नामांची अनेकवचने होताना कित्येक नामांना य, व हे आदेश होऊन रूपे तयार होतात. उदा. मोती-मोत्ये, मिरी-मिऱ्ये, लेकरू-लेकरे, पाखरू-पाखरे.

२) अकारान्त नामांचे अनेकवचन एकारान्ती होते. उदा. घर-घरे, पान-पाने.

३) एकरान्त नामांचे अनेकवचन ईकारान्ती होते. उदा. तळे-तळी, मडके-मडकी.

वचनांसंबधी सामान्य नियम

१) नामांच्या सामान्यनाम, विशेषनामे व भाववाचक नाम यांपैकी, सामान्यनाम ही शब्दजातीच वचनक्षम आहे. विशेषनाम हे एका व्यक्तीचे असल्याने त्याचे अनेकवचन होत नाही. भाववाचक नामही एका गुणधर्माचे असल्याने त्याचेही अनेकवचन होत नाही.

२) ज्यांचे मापन संख्येने करता येत नाही तर परिमाणाने करावे लागते ती पाणी, लोखंड यांसारखी सामान्यनामे, त्या त्या वस्तूंचे प्रकार दाखवावयाचे असतील तर अनेकवचनी येतात. जसे-बाजारात कोणकोणती तेले मिळतात?

३) काही नामांचे अनेकवचन ती कोणत्याही लिंगी असली तरी होत नाही. उदा.- गहू, पाणी, आकाश, माती.

४) सामान्यलिंगाप्रमाणे सामान्यवचन मानावे असे म्हटले जाते; पण त्याची गरज नाही. एक-दोन पत्रे आली, तेथे कोण हजर होते या वाक्यात क्रियापदावरून वचनाची कल्पना येते.

५) पुष्कळ, फार, अनेक, खूप या विशेषणांचा काही नामांबद्दल असा उपयोग होतो की, त्यामुळे समूहाचा बोध होतो म्हणून मराठीत 'समूहवचन' मानावे असे एक मत आहे. परंतु कृ. पां. कुलकर्णी यांच्या मते, "मराठीत समूहवचन नाही." उदा. 'तेथे खूप पाणी आहे,' 'ती फार भात खाते.' या वाक्यांत समूह असा अर्थ असला

तरी तो अनेकवचनात सामावला जात असल्याने समूहवचन मानण्याची आवश्यकता नाही.

६) सर्वनामांचे प्रकार मुळातच वचनांप्रमाणे आहेत, परंतु आम्ही, तुम्ही, ते, त्या ही अनेकवचनी सर्वनामे काही वेळा -आदरार्थी वापरताना-एकवचनी वापरली जातात. तसेच आपण, कोण, काय या सर्वनामांचा कधी एकवचनी तर कधी अनेकवचनी उपयोग केला जातो.

७) नाम व सर्वनाम यांच्या एकवचनी वा अनेकवचनी रूपांचा क्रियापदावरही परिणाम होतो. जसे - मुलगा जातो, मुले जातात. तो प्रेम करतो, ते प्रेम करतात.

८) विशेष्याच्या वचनाचा विशेषणरूपावरही परिणाम होतो. उदा. चांगला मुलगा, चांगली मुले, उमलणारे फूल, उमलणारी फुले.

❑

विभक्तीविकार

विभक्ती: व्याख्या

नाम व सर्वनाम या शब्दांना लिंग, वचन व विभक्ती असे तीन विकार होतात. त्यांत विभक्ती हा महत्त्वाचा विकार आहे; कारण त्यामुळे शब्द हे 'पद' बनतात म्हणजे वाक्याचे घटक बनतात. नाम व सर्वनाम हे वाक्यात येतात तेव्हा त्यांच्या वाक्यातील इतर शब्दांशी अर्थदृष्ट्या व रचनादृष्ट्या संबंध येतो. हा संबंध दाखविण्यासाठी त्या शब्दांना काही विशिष्ट प्रत्यय लागतात. असे प्रत्यय लागून त्या शब्दांचे जे रूप तयार होते त्यास विभक्ती म्हणतात.

परंतु व्याकरणकारांमध्ये या विभक्तीसंबंधी मूलभूत मतभेद आहेत. त्यातूनच विभक्तिविचारांमध्ये अनेक प्रश्न निर्माण झाले आहेत. या संबंधात व्याकरणकारांमध्ये दोन भिन्न मतप्रवाह आहेत. काही व्याकरणकारांच्या मते, "वाक्यातील शब्दांचा-नाम व सर्वनाम यांचा परस्परांशी संबंध असतो, तो संबंध दाखविण्यासाठी नाम व सर्वनाम यांना प्रत्यय लागतात." तर काही व्याकरणकारांच्या मते "नाम व सर्वनाम यांचा वाक्यातील इतर शब्दांशी संबंध नसून तो क्रियापदाशी असतो. क्रियापदाशी अर्थाचा असणारा संबंध दाखविण्यासाठी त्यांना प्रत्यय लावून त्यांची रूपे केली जातात तीच विभक्ती होय." तेव्हा नाम व सर्वनाम यांचा परस्परांशी संबंध असतो की क्रियापदाशी संबंध असतो हाच मुळातील वादाचा मुद्दा आहे.

विभक्ती हा शद्ब वि + भज म्हणजे विभाग करणे या अर्थाने वापरला जातो. वि + भज या धातूला 'ति' हा नामसाधक प्रत्यय लागून 'विभक्ती' हा शब्द बनला आहे. नाम व सर्वनाम यांना प्रत्यय लागून त्यांचे जे रूप तयार होते म्हणजे मूळ शब्द अथवा प्रातिपदिक व त्यास लागलेला प्रत्यय या व्यवस्थेस विभक्ती असे म्हटले आहे. आता हे प्रत्यय का लागतात यासंबंधी

प्रत्ययवादी व अर्थवादी दृष्टिकोन स्वीकारणाऱ्या व्याकरणकारांनी आपापल्या दृष्टीने विभक्तीची व्याख्या करण्याचा प्रयत्न केला आहे.

अर्थवादी दृष्टिकोन स्वीकारणाऱ्यांनी पुढीलप्रमाणे व्याख्या केल्या आहेत.-

१) नामाचा व क्रियेचा जो संबंध तो कारकसंबंध आणि हा संबंध सुचविणारे जे प्रत्यय, तदन्त, जे शब्द, त्यांस विभक्ती असे म्हणतात.

- दादोबा पांडुरंग

२) क्रियेशी आणि क्रियावाचक शब्दांशी नामाचा जो संबंध त्यास कारक म्हणतात आणि तो संबंध दाखविणाऱ्या प्रत्ययांस विभक्तिप्रत्यय म्हणतात. नामास विभक्तिप्रत्यय जोडून जी रूपे तयार होतात त्यांस विभक्ति किंवा विभक्त्यन्त असे म्हणतात.

- गोडबोले शास्त्री

३) वाक्यात प्रातिपदिकाचा क्रियापदाशी किंवा क्वचित इतर शब्दांशी जो संबंध असतो त्यास कारक म्हणतात आणि तो संबंध दाखविण्यासाठी नामाचे जे रूप तयार करतात त्यास विभक्ती असे म्हणतात.

- रा. भि. जोशी

या व्याख्यांमध्ये नाम व सर्वनाम यांना प्रत्यय लागून जी रूपे तयार होतात त्यांचा क्रियापदाशी संबंध असतो असे गृहीत धरले आहे. क्रिया करणारा कर्ता, क्रियेचे कर्म, साधन इत्यादी अर्थ स्पष्ट करण्यासाठी नाम, सर्वनामांना प्रत्यय लावले जातात; हा अर्थवाद्यांचा विचार योग्य आहे; परंतु संपूर्णतः बरोबर नाही. कारण विभक्त्यन्त रूपांचा काही वेळेस क्रियापदाशी संबंध नसून तो वाक्यातील इतर शब्दांशी असतो. उदा. त्याची अंगठी हरवली या वाक्यातील 'त्याची' या रूपाचा 'अंगठी' या शब्दाशी संबंध आहे. म्हणून केवळ कारकसंबंधावरूनच विभक्ती ठरविणे योग्य होणार नाही.

प्रत्ययवादी म्हणविणाऱ्या व्याकरणकारांनी कारकविचाराला विरोध करून प्रत्ययाच्या आधारे विभक्तीची व्याख्या करताना म्हटले आहे-

नामास व सर्वनामास जे विकार झाल्याने त्यांच्या वाक्यातील इतर शब्दांशी असलेला संबंध समजतो त्या विकारांच्या भिन्नभिन्न जातीस विभक्ती असे म्हणतात.

- मो. के. दामले

या व्याख्येत प्रत्ययांना महत्त्व दिले असून नाम व सर्वनाम यांचा वाक्यात उपयोग होताना त्यांचा इतर शब्दांशी असणारा संबंध स्पष्ट होण्यासाठी प्रत्यय लावले जातात असे गृहीत धरले आहे. प्रत्येक विभक्तीचे प्रत्यय असल्याने त्या प्रत्ययांवरून या शब्दाची विभक्ती ओळखता येते. उदा. 'रामाने' शब्दात ने हा

प्रत्यय तृतीयेचा म्हणून त्याची तृतीया विभक्ती होय. या संदर्भात प्रत्यय व अर्थ ह्या दोहोंना महत्त्व असल्याने सर्वसमावेशक व्याख्या असणे योग्य. त्या दृष्टीने खालील दोन व्याख्या अर्थपूर्ण वाटतात-

१) नामे आणि सर्वनामे यांचे वाक्यातील इतर शब्दांशी येणारे संबंध ज्या विकारांच्या योगाने दाखविले जातात त्या विकारांना विभक्ती असे म्हणतात.

- ग. ह. केळकर

२) नामाचा अथवा सर्वनामाचा वाक्यातील अन्यपदाशी संबंध जोडणारी उपाधी म्हणजे विभक्ती होय.

- प्रा. अरविंद मंगरूळकर

या व्याख्यांमध्ये 'इतर शब्दांशी' व 'इतर पदाशी' संबंध दाखविणाऱ्या विकारांना विभक्ती म्हटले आहे. 'इतर शब्द किंवा पद' या शब्दांत इतर शब्दांबरोबर क्रियापदही येऊ शकते. नाम व सर्वनाम यांना लागणारे विभक्तीविकार कधी इतर शब्दांशी तर कधी क्रियापदांशी संबंध दाखवितात; म्हणून या व्याख्या सर्वसमावेशक वाटतात. विभक्तीचे प्रमुख गुणधर्म अंतर्भूत होतील अशी व्याख्या शास्त्रीय ठरेल. त्या दृष्टीने श्री. केळकर व प्रा. मंगरूळकर यांच्या विभक्ति व्याख्या अर्थपूर्ण आहेत.

विभक्तिप्रत्यय

नाम व सर्वनाम यांना लागणाऱ्या विभक्तींचे प्रत्यय असतात. हे प्रत्यय पूर्वी शब्दच असावेत. परंतु कालांतराने त्यातील वर्णलोप होऊन त्यांना आजचे स्वरूप प्राप्त झाले असावे. हे बहुतेक प्रत्यय एकाक्षरी आहेत. फक्त पंचमीचे प्रत्यय 'ऊन, हून' हे द्वि-अक्षरी आहेत. मराठीतील हे विभक्तिप्रत्यय केवळ संस्कृतमधून आले नसून संस्कृत → प्राकृत → अपभ्रंश या परंपरेने आलेले असल्याने व्युत्पत्तीचा आधार घेताना केवळ कोणत्याही एका प्राचीन भारतीय आर्यभाषेचा आधार घेता येणार नाही. म्हणून संस्कृत विभक्तिप्रत्ययांशीच त्यांची तुलना करणे अशास्त्रीय ठरेल.

हे प्रत्यय अर्थहीन वाटत असले तरी ते प्रातिपदिकांना म्हणजे नाम व सर्वनामांना लागतात तेव्हा अर्थवान ठरतात; म्हणून हे प्रत्यय अर्थपूर्ण आहेत, असेच म्हटले पाहिजे. उदा. 'रामाने रावणास मारले' हे विधान 'रावणाने रामास मारले' असे केले तर विधानाचा अर्थ प्रत्ययांमुळे बदलतो. म्हणून विभक्तीविचारामध्ये केवळ प्रत्ययांनाच महत्त्व नसून त्यामुळे कोणता अर्थ व्यक्त होतो त्या अर्थासही महत्त्व आहे. म्हणून तर द्वितीया व चतुर्थीचे प्रत्यय समान असल्याने ते प्रत्यय लागलेल्या शब्दाची विभक्ती ठरविताना अर्थाचे सहाय्य घ्यावे लागते. याचाच अर्थ विभक्तिप्रत्यय हे अर्थपूर्ण आहेत.

प्रत्येक अर्थाची एक विभक्ती असून समान अर्थाचे प्रत्यय असलेल्यांची एक विभक्ती मानली जाते. स, ला, ना, ते हे प्रत्यय भिन्न असले तरी त्यांची द्वितीया किंवा चतुर्थी ही विभक्ती मानली जाते. अर्थ एक असला तरी प्रत्यय भिन्न असू शकतात. या उलट काही वेळा प्रत्यय एकच पण अर्थ भिन्न असेही असू शकते. उदा. रामाने काठीने साप मारला या वाक्यात 'ने' प्रत्यय कर्ता व करण (क्रियेचे साधन) या दोहोंनाही लागला असल्याने त्याचे अर्थ भिन्न आहेत. द्वितीया व चतुर्थीचे प्रत्ययही समान असले तरी त्यांचे अर्थ भिन्न आहेत.

विभक्तिप्रत्यय एकवचनाचे वेगळे व अनेकवचनाचे वेगळे आहेत; पण काही विभक्तीत मात्र दोन्ही वचनी समान प्रत्यय आहेत.

विभक्तिप्रत्यय सर्वलिंगी समान आहेत. लिंगानुसार प्रत्यय बदलत नाहीत. अपवाद फक्त षष्ठीचा. षष्ठीचे प्रत्यय चा, ची, चे हे लिंगानुसार आहेत.

विभक्तिप्रत्यय लागताना नाम व सर्वनाम यांचे सामान्यरूप तयार होते. उदा. राम-रामाला, घोडा-घोड्याला. तथापि काही वेळा सामान्यरूप होत नाही. उदा. घर-घरचा, घर-घरला.

विभक्तिप्रत्यय हे चरमप्रत्यय असतात म्हणजे ते प्रातिपदिकांना-नाम, सर्वनामांना-लागल्यानंतर विभक्त्यन्त रूपापुढे दुसरे कोणतेही प्रत्यय लागत नाहीत वा विभक्त्यन्त रूपाचे सामान्यरूप होत नाही. उदा. रामाने, घोड्याला. तथापि याला अपवाद आहेच. उदा.- घरातला, घरातल्याचा, गावच्याने.

विभक्तिप्रत्यय हे नाम व सर्वनाम यांनाच लागतात, क्वचित्प्रसंगी विशेषणासही लागतात. उदा.- शहाण्याने, मूर्खाला.

विभक्तीप्रत्यय व तद्धितप्रत्यय

नाम व सर्वनाम यांना विभक्तिप्रत्यययांप्रमाणे इतरही प्रत्यय लागतात. त्यांपैकी एक म्हणजे तद्धितप्रत्यय. जे प्रत्यय लागून नाम व सर्वनाम यांच्यापासून नवे शब्द तयार होतात त्यांना तद्धितप्रत्यय असे म्हणतात. ते असे-की, त्व, पण, पणा, ता, ईय, ई, इक. उदाहरणार्थ-पाटील-पाटीलकी, मनुष्य-मनुष्यत्व, बाल-बालपण, मानव-मानवता, समाज-सामाजिक.

परंतु विभक्तिप्रत्यय व तद्धितप्रत्यय यांच्यात आपणास पुढीलप्रमाणे फरक आढळतात.

१) विभक्तिप्रत्यय बहुधा चरम प्रत्यय असतात तर तद्धित प्रत्यय चरमेतर आहेत. त्यांना पुढे इतर प्रत्यय, विशेषत: विभक्तिप्रत्यय लागतात. उदा. मनुष्यत्व-मनुष्यत्वाचा, बालपण-बालपणात.

२) विभक्तिप्रत्ययामुळे प्रातिपदिकाचे सामान्यरूप होते, पण तद्धित प्रत्ययामुळे सामान्यरूप होत नाही.

३) तद्धितप्रत्ययामुळे बनलेले शब्दरूप म्हणजे नवीन शब्दजाती असते. उदा. मनुष्य हे नाम तर मनुष्यत्व हे भाववाचक नाम. विभक्तिप्रत्ययामुळे मात्र शब्दाची जात बदलत नाही.

४) तद्धितप्रत्यय लागल्यानंतर केवळ नवीन शब्द तयार होतो, त्याला विधानाची, वाक्यपूर्णत्वाची अपेक्षा असत नाही. परंतु विभक्त्यन्त शब्दाला वाक्याची अपेक्षा असते. तो वाक्यरचनेसाठीच आलेला असतो.

तद्धितप्रत्यय व विभक्तिप्रत्यय यांचे स्वरूप, लक्षण, व कार्य भिन्न असल्याने त्या दोहोंना एकच मानता येणार नाही.

विभक्तिप्रत्यय व शब्दयोगी अव्यये

नाम व सर्वनामांना तद्धितप्रत्ययांप्रमाणे शब्दयोगी अव्ययेही लागतात. तद्धितप्रत्ययांपेक्षा शब्दयोगी अव्ययांचे विभक्तिप्रत्ययांशी अधिक साम्य आहे.

नाम व सर्वनामांचा इतर पदांशी संबंध दाखविणे, शब्दांना पद बनविणे, वाक्यगत घटक बनविणे हे कार्य विभक्तिप्रत्ययान्त रूपांप्रमाणे शब्दयोगी अव्ययेही करतात. या दोहोंचे प्रत्यय लागताना नाम व सर्वनाम यांची सामान्यरूपे तयार होतात. उदा.- रामाने, रामाकडून, रामाजवळ, माझ्याबद्दल, तिच्याबरोबर. यामुळे असा प्रश्न निर्माण होतो की, या दोहोंच्या प्रत्ययांना एकच का मानू नये? यासंबंधी दामल्यांनी म्हटले आहे, "शब्दयोगी अव्ययांनी विभक्तिची कार्ये होणे हे अर्थदृष्ट्या जसे साहजिक आहे, तसेच भाषाशास्त्रदृष्ट्याही स्वाभाविक आहे. कारण की विभक्तिप्रत्यय हे मूळ शब्दयोगी अव्ययांपासूनच संक्षेपाने किंवा छाटाछाटीनेच उत्पन्न झाले आहेत, असे भाषाशास्त्रज्ञांचे मत आहे, तेव्हा शब्दयोगी अव्ययांनी विभक्तिंची कार्ये व्हावी हे योग्यच आहे. विभक्तिप्रत्यये ही मूळची शब्दयोगी अव्ययेच होत हे खरे."

असे असले तरी या दोहोंत मूलभूत फरक आहे तो म्हणजे विभक्तिप्रत्यय हे केवळ नाम व सर्वनाम यांनाच लागतात तर शब्दयोगी अव्यये नाम व सर्वनामाबरोबर क्रियाविशेषणादी अन्य शब्दजातींनाही लागतात. तसेच विभक्तिप्रत्यय हे केवळ प्रत्यय आहेत तर शब्दयोगी अव्यये हे शब्द आहेत. विभक्ती प्रत्ययांचा स्वतंत्र उपयोग कधीच होत नाही. शब्दयोगी अव्ययांचा स्वतंत्र शब्द म्हणूनही उपयोग होतो. उदा. टेबलावर पुस्तक आहे, पुस्तक वर आहे. विभक्तिप्रत्ययांना स्वतंत्र अर्थ नाही, परंतु शब्दयोगी अव्ययांना स्वतंत्र अर्थ आहे. विभक्तिप्रत्ययांना कारकार्थ व उपपदार्थ आहेत, शब्दयोगी अव्ययांनी कारकार्थ नाहीत. म्हणून विभक्तिप्रत्यय व शब्दयोगी अव्यये यांच्यात भेद मानावा लागतो.

विभक्ती : स्वरूप व चिकित्सा

संस्कृतप्रमाणे मराठीतही आठ विभक्ती मानण्यात आल्या आहेत. प्रत्येक विभक्तीचे एकवचनाचे व अनेकवचनाचे वेगवेगळे प्रत्यय आहेत. समान अर्थाची एक विभक्ती घेऊन त्यांच्या प्रत्ययांचे वर्गीकरण करण्यात आले आहे ते पुढीलप्रमाणे-

विभक्तिचे नाव	एकवचनी प्रत्यय	अनेकवचनी प्रत्यय
प्रथमा	—	—
द्वितीया	स, ला, ते	स, ला, ना, ते
तृतीया	ने, ए, ई शी	नी, ही, ई, शी
चतुर्थी	स, ला, ते	स, ला, ना, ते
पंचमी	ऊन, हून	ऊन, हून
षष्ठी	चा, ची, चे	चे, च्या, ची
सप्तमी	त, ई, आ	त, ई, आ
संबोधन	प्रत्यय नाही.	नो

प्रथमा विभक्ती

१) प्रथमा विक्तीस प्रत्यय नाहीत. नामाचे वा सर्वनामाचे मूळ रूप तेच प्रथमेचे रूप. अर्थात एकवचनी व अनेकवचनी रूपांत फरक होतो; पण तो वचनाप्रमाणे. उदा. फूल-फुले.

२) प्रथमा ही कर्त्याची विभक्ती मानली जाते त्यामुळे हा प्रत्ययविरहित यायला हवा; परंतु 'रामाने रावणास मारले' सारख्या वाक्यात कर्त्याला इतर विभक्तिप्रत्यय लागलेले असतात. म्हणून कारकवाद्यांनी तिला 'कर्तृकारक' असे म्हटले आहे.

३) द्वितीया ही कर्माची विभक्ती समजली जाते आणि काही वेळेस कर्म हे प्रत्ययविरहीत येते. अशा वेळी त्याचे रूप प्रथमेसारखे असते. तेव्हा त्याची प्रथमा विभक्ती समजावयाची का, हा प्रश्न निर्माण होतो. उदा. 'तो पत्र लिहितो' या वाक्यात कर्ता व कर्म दोन्ही रूपे प्रत्ययविरहीत असल्याने त्यांची प्रथमा हीच विभक्ती समजावी लागते. म्हणून म. पां. सबनीस यांनी प्रथमा विभक्ती मानण्यास विरोध केला आहे. त्यांच्या मते, "प्रथमेला प्रत्यय नाहीत आणि विभक्ती प्रत्ययांवर अवलंबून असते हे तत्त्व मान्य केल्यावर प्रत्यय नसलेली ही तथाकथित प्रथमा मानू नये असे म्हणणे ओघानेच येते. प्रत्यय नाही व सामान्यरूप नाही तेथे विभक्तिविकार झाला असे म्हणताच येणार नाही. प्रथमेस प्रत्ययही नाही आणि सामान्यरूपही नाही म्हणून ती विभक्तीच न मानणे प्राप्त आहे." मात्र अनेक व्याकरणकारांनी प्रथमेचे

हे अपवादात्मक स्वरूप मान्य करूनही तिचा पुरस्कार केला आहे. प्रा. मंगरूळकरांच्या मते, ''अनेकवचनात पुष्कळ नामांना आ, ई, ए हे प्रत्यय लागतात. अर्थात विभक्तिप्रत्यय आणि वचनप्रत्यय हे येथे एका रुळावरून चालल्यासारखे दिसतात.'' याचा अर्थ प्रत्यय ही विभक्तिनिर्णयाची एकमेव कसोटी होऊ शकत नाही. विभक्तिविचारात केवळ प्रत्ययांनाच महत्त्व नसून अर्थांनाही आहे. 'कर्ता' हा महत्त्वाचा घटक असल्याने त्याची म्हणून एक विभक्ती मानणे योग्य; म्हणून प्रथमा मानणे उचित होय.

द्वितीया व चतुर्थी विभक्ती

मराठीत या दोन्ही वादग्रस्त विभक्ती आहेत; कारण या दोन्हींचे 'स, ला, ते-स, ला, ना, ते' हे प्रत्यय समान आहेत. यासंबंधी खालील तीन मतप्रवाह आढळतात.

१) द्वितीया गाळावी व चतुर्थी मानावी.

२) चतुर्थी गाळावी व द्वितीया मानावी.

३) द्वितीया व चतुर्थी या दोन्ही विभक्ती मानाव्यात.

द्वितीया मानू नये म्हणणाऱ्यांनी पुढील मुद्दे मांडले-

१) श्री. चिपळूणकर व श्री. गोडबोले या शास्त्रीद्वयांच्या मते स, ना, ते प्रत्यय संस्कृतातील षष्ठीच्या स्य, नां या प्रत्ययांपासून आले असून प्राकृतात चतुर्थीच्या जागी षष्ठीचा प्रयोग करावा असे म्हटल्याने षष्ठीच्या प्रत्ययांपासून निर्माण झालेल्या या प्रत्ययांना चतुर्थीचे मानणे योग्य, तर दामले यांच्या मते संस्कृतमधील द्वितीया विभक्तिपासून मराठीत एकही प्रत्यय आलेला नाही. त्यामुळे स, ला प्रत्ययांचा संबंध चतुर्थीशी पोहोचतो.

२) दामले यांच्या मते स, ला, ना इत्यादी प्रत्ययांचा कर्मार्थापेक्षा संप्रदानार्थी उपयोग अधिक होतो, शिवाय कर्मार्थापेक्षा संप्रदानार्थाची व्यापकता अधिक आहे. म्हणून कर्मास लागणाऱ्या द्वितीयेच्या प्रत्ययांपेक्षा संप्रदानास लागणाऱ्या चतुर्थीच्या प्रत्ययांचा अधिक व व्यापक अर्थाने उपयोग केला जात असल्याने द्वितीयेपेक्षा चतुर्थी महत्त्वाची.

३) द्वितीयेचे कर्मसूचकत्वाचे कार्य मराठीत अंशत: चतुर्थीच्या प्रत्ययांनी होते व काही प्रमाणात प्रथमेच्या प्रत्ययांनी होते. म्हणजे कर्मास जेव्हा प्रत्यय लागलेला असतो तेव्हा ते विभक्त्यन्त रूप चतुर्थीसारखे असते. उदा. रामाने रावणास मारले आणि जेव्हा कर्मास प्रत्यय लागत नाही तेव्हा ते रूप प्रथमेसारखे असते. उदा.- रामाने रावण मारला. याचा अर्थ - द्वितीया ही चतुर्थी व प्रथमा यांच्यात लोप पावते; म्हणून जोशी यांनी सप्रत्यय द्वितीया व अप्रत्यय असे प्रकार मानण्याची सूचना केली आहे ती दामल्यांना मान्य नाही.

४) एक महत्त्वाचा मुद्दा असा मानला जातो की, कर्त्याची ज्याप्रमाणे प्रथमा ही विभक्ती मानली जाते त्याप्रमाणे कर्माची द्वितीया विभक्ती मानावी. कारकाच्या आधारे कर्ता, कर्म, करण यांची एकेक विभक्ती मानली आहे. परंतु दामले यांना हे मत मान्य नाही, म्हणून त्यांनी म्हटले आहे, "कर्ता हे कारक प्रथमा, तृतीया, चतुर्थी, षष्ठी इत्यादी विभक्तींच्या ठायी आढळू शकते. कर्ता हे एकटेच कारक प्रथमेचे मानलेले नाही. प्रथमेच्या ठायी कर्म, अधिकरण, उद्देश, विधान, ईयत्ता, प्रमाण इत्यादी अनेक अर्थ आहेत. एका कारकास एक स्वतंत्र विभक्ती साधत नाही. द्वितीया नाकारणे म्हणजे 'कर्मकारक' च मुळात नाकरणे असे नव्हे. कर्मकारकाचे कार्य प्रथमा, चतुर्थी इत्यादी ठिकाणी विभागले इतकेच." म्हणजे दामले यांच्या मते कर्माची विभक्ती ही द्वितीयाच मानली पाहिजे असे नाही. ती प्रथमा, चतुर्थीही मानता येते.

या मतांना विरोध करताना पुढील मुद्दे मांडण्यात येतात-

१) व्युत्पत्तीचा आधार एका विशिष्ट मर्यादेपर्यंत योग्य असतो. आज कोणते प्रत्यय कोणत्या प्रकारचे कार्य करतात, त्यांचा अर्थ काय हे पाहणे महत्त्वाचे होय; म्हणून व्युत्पत्तीच्या आधारे चतुर्थीचा पुरस्कार करणे योग्य नव्हे.

२) व्युत्पत्तीचा आधार घ्यायचा तर त्यात एक विसंगती जाणवते. प्राकृतात चतुर्थीचा लोप झाला असेल आणि तिचे कार्य षष्ठीने होत असेल तर चतुर्थीचा पुरस्कार कोणत्या आधारे योग्य ठरतो? प्राकृतात चतुर्थीचा लोप झाला असेल तर प्राकृतापासूनच निर्माण झालेल्या मराठीत चतुर्थी मानणे कितपत शास्त्रीय ठरेल?

३) द्वितीयेचे कर्मार्थी रूप हे प्रथमेसारखे प्रत्ययविरहीत असते हे खरे परंतु प्रत्यय नसलेल्या प्रथमेला दामले मानतात, मग प्रत्यय नसलेल्या द्वितीयेला का मानू नये? कर्त्याची अप्रत्ययी प्रथमा मानायची तर अप्रत्ययी द्वितीया का मानू नये? आणि कर्त्याखालोखाल कर्माला महत्त्व असताना त्याला स्वतंत्र विभक्ती मानण्यात अडचण काय? केवळ प्रत्ययाच्या आधारे द्वितीयेला विरोध करण्यात अर्थ नाही. संस्कृत, हिंदी इत्यादी भाषांमध्ये कर्मकारकास प्रत्यय नसतानाही द्वितीया विभक्ती मानली आहे, मग मराठीतच विरोध का?

४) म. पां. सबनीसांनी दामले यांच्या द्वितीया विरोधावर आक्षेप घेतला आहे. त्यांच्या मते, "त्यांनी व्युत्पुत्तीस फाजील महत्त्व दिले आहे. द्वितीयेचे अप्रत्ययी रूप प्रथमेत अंतर्धान पावले असे म्हणण्यापेक्षा प्रथमाच द्वितीयेत अंतर्धान पावली असे का म्हणू नये? प्रथमेला स्वतंत्र प्रत्यय नाहीत शिवाय तेथे शब्दांचे सामान्यरूप सुद्धा होत नाही, म्हणून गाळावयाचीच झाली तर प्रथमा गाळावी व चतुर्थीसकट द्वितीया ठेवावी."

५) वाक्यात कर्म महत्त्वाचे असल्याने कर्माची विभक्ती-प्रत्ययसहित असो वा प्रत्ययविरहित-म्हणून द्वितीया मानणे योग्य. चतुर्थीचे कार्यही-संप्रदानाचे कार्य-

द्वितीया करते असे का म्हणू नये? प्रा. मंगरूळकरांच्या मते, ''कर्त्याच्या खालोखाल कर्माचे महत्त्व असल्याने त्यांच्या विभक्तीही क्रमाने जवळजवळ असाव्या हे ओघाने येते... कर्म हा अर्थ व्यक्त करण्याचा मान द्वितीयेचाच आहे.''

६) मराठीतील द्वितीयेचे प्रत्यय जसे संस्कृत द्वितीयेच्या प्रत्ययांवरून आलेले नाहीत तसे चतुर्थीचे प्रत्ययही संस्कृत चतुर्थीच्या प्रत्ययांवरून आलेले नाहीत. संस्कृतच्या व्युत्पत्तीचा आधार द्वितीया व चतुर्थी या दोन्ही विभक्तिंना घेता येत नाही.

चतुर्थी मानू नये म्हणणाऱ्या व्याकरणकारांनी खालील मुद्दे मांडले आहेत-

१) डॉ. ग. मो. पाटील व प्रा. मंगरूळकर यांनी चतुर्थीला विरोध करून द्वितीया मानावी असे प्रतिपादन केले आहे.

२) डॉ. पाटील यांच्या मते, ''मराठी गद्य भाषेत स, ना हे प्रत्यय कर्मार्थापेक्षा संप्रदानार्थीच विशेष प्रचारात आहेत, याला प्रमाण काय? प्राकृतात लोप पावलेली चतुर्थी मराठीत आली कुठून आणि कशी निर्माण झाली? त्या लुप्त चतुर्थीचे कार्य अंशत: द्वितीयेने का होऊ नये? संस्कृतातील चतुर्थीच्या प्रत्ययांपासून आलेला तरी विभक्तिप्रत्यय मराठीत कोठे आहे?...द्वितीया गाळून (कारण नसताना) एकदम चतुर्थीकडे धाव घेणे यात गौरव फार होतो. मराठीत संप्रदानार्थीपेक्षा कर्मार्थीच धातू अधिक संख्येने आहेत... द्विकर्मक धातू मराठीत असणे यात गैर काहीच नाही. यासाठी द्वितीया ठेवून चतुर्थी गाळावी असे माझे स्पष्ट मत आहे... प्राकृतभाषा चतुर्थी विभक्तीशिवाय वापरात होती, माग मराठीचे चतुर्थीशिवाय अडून का राहावे?''

३) प्रा मंगरूळकरांच्या मते, ''कर्म हा अर्थ व्यक्त करण्याचा मान द्वितीयेचाच आहे'' तर चिपळूणकरांच्या मते, ''मराठीचे मूलभूत जी बालभाषा..त्या भाषेत चतुर्थी विभक्ती मुळीच नाही. त्या दृष्टीने ऐतिहासिक रीतीने पाहता मराठीत चतुर्थी मुळीच नाही.'' असे म्हणून पुढे त्यांनी सप्रत्यय द्वितीया संस्कृतप्रमाणे नसल्याने, द्वितीया कर्माशिवाय दुसरा अर्थ व्यक्त करीत नाही; परंतु चतुर्थी संज्ञा ती कर्मरूप विशेष अर्थास लागू करणे शक्य असल्याने, कर्मरूप विशेष अर्थाची संज्ञा जी द्वितीया ती व्यापक अर्थास लागू करणे चांगले असा युक्तिवाद करून त्यांनी चतुर्थीला विरोध केला आहे.

द्वितीया व चतुर्थी या दोन्ही विभक्ती मानाव्यात म्हणणारा एक वर्ग आहे. त्याच्या मते-

१) या दोन्ही विभक्तींचे प्रत्यय समान असले तरी त्यांचा अर्थ व कार्ये भिन्न आहेत. द्वितीया ही कर्मकारक आहे व चतुर्थी ही संप्रदानकारक आहे, म्हणून या दोन्ही विभक्ती वेगळ्या व स्वतंत्र मानाव्यात.

२) दादोबा पांडुरंग, रा. भि. गुंजीकर, म. पा. सबनीस यांनी अर्थाला व कार्याला प्राधान्य देऊन या दोन्ही विभक्ती मानल्या आहेत. त्यांच्या मते ''स, ला,

ते इत्यादी प्रत्यय कर्मार्थी येतील तेव्हा द्वितीया व संप्रदानार्थी येतील तेव्हा चतुर्थी मानावी.''

३) ग. ह. केळकरांनीही दोन्ही विभक्तींचा पुरस्कार करताना म्हटले आहे, ''कर्मासारखे महत्त्वाचे कारक त्याला पूर्वीच्या व्याकरणकारांनी एक वेगळी विभक्ती दिली तर ती काढून घेण्यात काय अर्थ? ...कर्मकारक हे स्वतंत्र व एक महत्त्वाचे कारक आहे.''

४) प्रा. कृ. पां कुलकर्णी यांनीही द्वितीया व चतुर्थी या दोन्ही विभक्ती मानाव्यात असे प्रतिपादन करताना म्हटले आहे, ''वाक्यात एखादा शब्द कार्य काय करतो, त्याचा कारकार्थ काय हे पाहूनच त्याची विभक्ती ठरवावी.'' त्यांनी सप्रत्ययी द्वितीया व अप्रत्ययी द्वितीया आणि चतुर्थी अशा दोन्ही विभक्ती मानल्या आहेत.

५) राजवाडे यांनी व्युत्पत्तीचा आधार घेऊन या दोन्ही विभक्तींच्या प्रत्ययांची व्युत्पत्ती भिन्न असल्याने त्यांना एक न मानता भिन्न मानाव्यात असे म्हटले आहे.

या तिन्ही मतांचा विचार करता आपणास असे म्हणता येईल की, केवळ प्रत्ययांवरून विभक्ती मानणे योग्य नसल्याने अर्थाचे सहाय्य घ्यावे लागते. त्या दृष्टीने द्वितीया व चतुर्थी यांची विभक्त्यन्त रूपे एकसारखी असली तरी त्या प्रत्ययांचे अर्थ व कार्य भिन्न असल्याने या दोन्ही विभक्ती स्वतंत्र मानणे योग्य होय.

तृतीया विभक्ती

तृतीया विभक्तीबद्दल मतभेद नाहीत. तृतीयेचे ने, ए, ई, शी, हे एकवचनाचे आणि नी, ही, ई, शी हे अनेकवचनाचे प्रत्यय मानले तरी आजच्या मराठीत ने व नी हे दोनच प्रत्यय आढळतात. बाकीचे प्रत्यय प्राचीन मराठीत व अर्वाचीन मराठी पद्यात आढळतात. कारकवाद्यांनी क्रियेचे साधन या अर्थाने तिला 'करणकारक' असे नाव दिले आहे. अर्थात कर्ता म्हणूनही ही विभक्ती येते. उदा. 'रामाने काठीने साप मारला.' या वाक्यात तृतीयेचा प्रत्यय कर्ता व करण या दोन्ही अर्थी आला आहे. डॉ. ग. मो. पाटील यांनी तृतीयेचा '०' प्रत्यय मानला आहे; परंतु व्याकरणकारांनी त्याचा पुरस्कार केला नाही.

पंचमी विभक्ती

पंचमी ही देखील मराठीतील वादग्रस्त विभक्ती आहे. तिचे दोन्ही वचनी प्रत्यय 'ऊन, हून' आहेत. इतर विभक्तीचे प्रत्यय एकाक्षरी असताना पंचमीचेच प्रत्यय द्वि-अक्षरी का असा प्रश्न उपस्थित केला जातो. शिवाय त्यांचे स्वरूप काहीसे शब्दयोगी अव्ययांसारखे असून ते प्रत्यय शब्दयोगी अव्ययांनाही लागतात. उदा.- वर-वरून, जवळ-जवळून.

कारकवाद्यांनी क्रियेचा आरंभ, वियोग या अर्थाने तिला 'अपादानकारक' असे म्हटले आहे.

परंतु ही विभक्ती मानण्यास प्रा. मंगरूळकर व डॉ. ग. मो. पाटील यांनी विरोध केला आहे.

प्रा. मंगरूळकरांच्या मते-

१) मराठीच्या विभक्तीमध्ये द्वि-अक्षरी प्रत्यय फक्त पंचमीचे आहेत; त्यामुळे तिच्या विभक्तित्वासंबंधी प्रथम संशय निर्माण होतो.

२) 'हून' हा प्रत्यय नाम-सर्वनामाप्रमाणे नकारार्थी अव्ययांनाही लागतो. उदा. न-नहून.

३) सामान्यरूप आणि प्रत्यय यांमध्ये कधी विश्लेष वा विभाग संभवत नाही. अर्थात त्या दोहोंमध्ये एखादे अव्यय कधीही येऊ शकत नाही, परंतु माझ्याहिहून, त्याच्याहिहून अशी रूपे आढळतात. हे लक्षण उघडच (रूढ) शब्दयोगी अव्ययाचे आहे म्हणून ते अनुयोगी अव्यय मानावे.

४) 'ऊन' हा प्रत्यय दोन्ही वचनी असला तरी तो एकवचनात अधिक येतो. तोही 'घर, गाव, हात, तोंड' अशा नामांनाच लागतो. सर्वनामांना तर तो कधीच लागत नाही. म्हणून 'ऊन' हा विभक्तिप्रत्यय आहे असे मानण्याचे कारण नाही.

५) 'ऊन' हा प्रत्यय अत्यल्पसंख्य नामांना लागतो; पण तो अव्ययांनाही लागतो. उदा. वर-वरून, खाल-खालून, इकडे-इकडून, तेव्हा 'ऊन' प्रत्यय हाही विभक्तिप्रत्यय ठरत नाही. हा अव्ययकारक साधितप्रत्यय मानणे हेच युक्त आहे. फलतः पंचमी विभक्ती ही विभक्तीसमूहातून गळते.

डॉ. ग. मो. पाटील यांच्या मते-

१) 'ऊन' हा प्रत्यय स्थलवाचक क्रियाविशेषणांनाही लागतो. उदा.- येथे-येथून, तेथे-तेथून.

२) 'हून' प्रत्यय ऊन प्रत्ययाहून अर्थभिन्नत्वाचा आहे. म्हणून पंचमीचे प्रत्यय अनुयोगी अर्थवाहकाच्या यादीत घालावेत.

अशा प्रकारे पंचमी विभक्तीचे स्वरूप इतर विभक्तींपेक्षा भिन्न असल्याने ती विभक्ती मानण्यास विरोध करण्यात आला आहे. तिच्या प्रत्ययांना विभक्तिप्रत्यय मानण्यापेक्षा 'अनुयोगी अव्यये' म्हणावे असे म्हटले आहे. परंतु डॉ. लीला गोविलकर यांच्या मते, "रूढी व परंपरा या दृष्टीने ती विभक्तीमधून वगळणे व्यवहारी नव्हे."

दादोबा, गुंजीकर, रा. भि. जोशी, म. पां. सबनीस, चिपळूणकर, दामले या व्याकरणकारांनी पंचमी विभक्ती मानली आहे तर प्रा. मंगरूळकर व डॉ. ग. मो.

पाटील यांनी ती विभक्ती मानण्यास विरोध केला आहे. प्रा. मंगरूळकरांनी 'हून' प्रत्ययाला समानार्थी असणारा 'पेक्षा' हा एक प्रत्यय मानला आहे.

षष्ठी विभक्ती

षष्ठी ही मराठीतील अत्यंत वादग्रस्त विभक्ती आहे. षष्ठी ही विभक्तीच नाही आणि षष्ठी ही विभक्तीच आहे अशी परस्परविरोधी मते अत्यंत आग्रहाने परंतु चिकित्सकपणे मांडण्यात आली आहेत.

षष्ठीला विरोध करणाऱ्यांत चिपळूणकर, सबनीस, डॉ. पाटील व मंगरूळकर हे व्याकरणकार आघाडीवर आहेत. त्यांची मते पुढीलप्रमाणे-

षष्ठी ही विभक्ती मानू नये कारण-

अ) श्री. कृष्णशास्त्री चिपळूणकर-

१) विभक्तिप्रत्ययास लिंग, वचन, विभक्ती, सामान्यरूप हे विकार संस्कृतात वगैरे होत नाहीत व मराठीत षष्ठीखेरीज दुसऱ्या प्रत्ययांस ते होत नाहीत. षष्ठीचा प्रत्यय जो 'चा' त्यास मात्र ते विकार होतात. यावरून त्या प्रत्ययास विभक्तिप्रत्यय मानण्यापेक्षा तद्धितप्रत्यय मानणे हे विशेष शोभते.

२) ऐतिहासिक रीतीने पाहताही संस्कृतातील षष्ठीच्या प्रत्ययांतून मराठीतील षष्ठीचे प्रत्यय उत्पन्न होत नाहीत. ते संस्कृतातील तद्धित प्रत्यय 'ईय' पासून उत्पन्न झाले असावेत. रामीय > रामिज्य > रामाचा अशी त्यांनी व्युत्पत्ती दिली आहे.

३) षष्ठीस कारकसंबंध नाही म्हणून तिची गणना विभक्तीमध्ये करू नये हे मत प्रथमत: चिपळूणकर व गोडबोले यांनी मांडले.

या मतांना विरोध करून दामले यांनी षष्ठीचे विभक्तित्व सिद्ध करण्याचा प्रयत्न केला आहे तर दामल्यांच्या मतांना प्रा. मंगरूळकर यांनी विरोध करून षष्ठीचे विभक्तित्व नाकारले आहे; त्यामुळे त्या दोघांच्या मताधारे षष्ठीचे स्वरूप स्पष्ट होते; म्हणून त्या दोघांच्या मतांचा परामर्श घेणे उचित ठरेल.

ब) श्री. मो. के. दामले यांच्या मते-

१) षष्ठीस कारक नसल्यामुळे कारकद्वारा केलेले विभक्तीचे लक्षण तिजला लागत नाही. म्हणून ती विभक्ती नव्हे. या मुद्द्यात अर्थ नाही. कारकाद्वारा विभक्तीचे लक्षण मानणे चुकीचे होय.

२) 'चा' हा प्रत्यय मूळ तद्धित विशेषण प्रत्ययापासून आला आहे ही चिपळूणकरांची आणि संस्कृतातील इक, ईन, इय प्रत्यय नामास लागून 'तत्संबंधी' या अर्थाची संबंधदर्शक विशेषणे होतात. त्यातील 'इय' पासून मराठीत 'चा' प्रत्यय आला आहे ही गोडबोले यांची व्युत्पत्ती दामले यांना मान्य नाही. त्यांच्या मते गुंजीकरांनी म्हटल्याप्रमाणे संस्कृतातील स्य > स्स > चा अशी व्युत्पत्ती योग्य

आहे. चा हा मूळचा प्रत्यय विभक्तिप्रत्यय असल्यामुळे 'रामाचा' ही षष्ठी विभक्तीच आहे. चा मूळचा प्रत्यय विभक्तिप्रत्यय असल्यामुळे 'रामाचा' ही षष्ठी विभक्तिच होय. डॉ. भांडारकरांनी म्हटले आहे, ''त्य हा तद्धितप्रत्यय असून लिंगभेदाप्रमाणे फिरणारा आहे, त्यापासून विशेषणे होतात. मोक्षमुल्लरच्या (मॅक्समुल्लर) मते या 'त्य' षष्ठीच्या 'स्य' प्रत्ययापासून 'चा' आला आहे. या त्य चा प्रथम च्च होऊन नंतर मराठीत 'चा' झाला आहे.'' त्य हा तद्धितप्रत्यय लिंगभेदाने बदलणारा विशेषणप्रत्यय असल्याने त्यापासून आलेल्या 'चा' प्रत्ययाच्या ठायीही विशेषणाचा गुण आला अशी मीमांसा दामल्यांनी केली आहे.

३) षष्ठीच्या प्रत्ययांच्या ठायी विभक्तीचे गुणधर्म आहेतच, शिवाय विशेषणाचेही गुणधर्म त्यामध्ये आणखी असले म्हणून काय झाले? षष्ठीच्या रूपांचा सर्व भाषांमध्ये विशेषणासारखा प्रयोग आहेच. तृतीयादी विभक्ती अर्थत: क्रियापदाची विशेषणेच आहेत तरी त्यांचे विभक्तित्व काढून टाकावे असे कोणी म्हणत नाही. षष्ठीचे अंगी विशेषणत्व असणे ही गोष्ट तर विभक्तित्वाचे आड येऊ शकत नाही. . . तिच्या ठायी विभक्तीचे सर्व धर्म असल्यामुळे विशेषणापेक्षा विभक्ती हेच नाव अधिक योग्य आहे.

४) ''षष्ठीचे प्रत्यय हे चरमप्रत्यय नाहीत, षष्ठीच्या प्रत्ययांनंतरही नामाला पुढे प्रत्यय लागतात तसे इतर विभक्तिप्रत्ययांच्या बाबतीत घडत नाही, म्हणून षष्ठी ही विभक्ती नाही,'' या आक्षेपांना उत्तर देताना त्यांनी म्हटले आहे, ''सप्तमीचे प्रत्यय लागल्यावरही पुढे दुसरे प्रत्यय लागतात, उदा० 'अंतरीचा ज्ञानदिवा मालवू नको रे.' सप्तमीला विभक्तीमधून काढायला कोणीच तयार होणार नाही म्हणून षष्ठीलाही या कारणासाठी विभक्तीमधून काढू नये.''

५) स्थलवाचक व कालवाचक अव्ययांना षष्ठीचे प्रत्यय लागून विशेषणे तयार होतात, उदा. येथे-येथचा, तेथे-तेथचा, आज-आजचा, काल-कालचा. म्हणून या प्रत्ययांना विभक्तिप्रत्यय म्हणू नये हे मत दामल्यांना मान्य नाही. ते म्हणतात, ''चा प्रत्ययाप्रमाणे 'ला' प्रत्ययही या प्रकारच्या अव्ययांना लागून विशेषणे निर्माण होतात. उदा. येथला-तेथला. पण या प्रत्ययाला कोणीही विभक्तिप्रत्यय समजत नाही. जसे हे दोन्ही प्रत्यय एकमेकांहून भिन्न मानले आहेत. तसेच विशेषण निर्माण करणारा 'चा' प्रत्यय व षष्ठीचा 'चा' प्रत्यय हे दोन्ही भिन्न मानावेत.''

६) तद्धित प्रत्ययांनी नामाचे सामान्यरूप होत नाही. षष्ठीचे प्रत्यय लागण्यापूर्वी नामाचे बहुधा सामान्यरूप होते. तसेच कोणत्याही तद्धित प्रत्ययाने वचनाचा बोध होत नाही; परंतु 'घराचा, घरांचा,' या प्रत्ययान्त शब्दापासून वचनाचा बोध होतो.

७) षष्ठी ही विशेषण आहे हे दामल्यांना मान्य नाही म्हणून आक्षेप घेताना ते म्हणतात, 'हाताचे, घरचे' इत्यादी शब्द विशेषणे होत तर त्यापासून भाववाचक

नामे कशी बनणार? सर्व विशेषणांपासून मराठीत इतर भाषांतही भाववाचक नामे साधतात.'

८) सर्व विशेषणांचा नामांप्रमाणे उपयोग होऊ शकतो, उदा.-आंधळा- आंधळ्याने परंतु 'आंधळ्याचा' या प्रत्ययान्त षष्ठीचा नामाप्रमाणे उपयोग होतोसे वाटत नाही.

९) षष्ठी प्रत्यय लागलेला शब्द विशेषणासारखा असला तरी खऱ्या अर्थाने तो शब्द विशेषण नाही, म्हणून दामले म्हणतात, 'पांढऱ्या घराचे दार' या शब्दप्रयोगात 'पांढरा' या विशेषणाचे ज्या अर्थी सामान्यरूप झाले आहे त्या अर्थी 'घराचे' हा शब्द उघडपणे सविभक्तक आहे, विशेषण नव्हे. सविभक्तक आहे याचा अर्थ षष्ठी मानायला हवी. 'हा सोन्याचा दागिना आहे' या वाक्यात 'सोन्याचा' हे विशेषण ठरेल; पण 'सोन्याचे दागिने करतात' या वाक्यात 'सोन्याचे' हा शब्द विशेषण कसा ठरेल?... 'त्याच्या बोलण्याचा मला फार राग आला.' या वाक्यात 'बोलण्याचा' हे 'राग' या नामाचे विशेषण होय असे म्हणण्यास मराठी षष्ठी विभक्तीचे हाडवैरी तरी धजावतील की नाही याची शंकाच आहे. 'ह्या घोड्याचा लगाम तुटला' या वाक्यात 'ह्या' हा शब्द विशेषण आहे; परंतु कोणतेही सार्वनामिक विशेषण विशेषणाचे विशेषण होऊ शकत नाही, म्हणून 'घोड्याचा' हे जर विशेषण मानले तर 'ह्या' हे त्याचे विशेषण मानता येणार नाही. 'दोन घोड्यांची गाडी' या ठिकाणी 'घोड्यांची' हा शब्द विशेषण मानल्यास 'दोन' हा शब्द क्रियाविशेषण (विशेषणाचे विशेषण) मानण्याची पाळी येईल. मराठीत 'दोन' हा शब्द क्रियाविशेषणाप्रमाणे कधीच उपयोगात येत नाही.

१०) षष्ठी ही विभक्ती मानली नाही तर 'केळफूल,' 'देवघर' ह्यासारख्या सामासिक शब्दांचा विग्रह कसा करणार? षष्ठी न मानता कर्मधारय समजून निर्वाह करणे अनुचित ठरेल. नामावरून साधलेल्या कोणत्याही विशेषणाचा समासात असा संक्षेप होऊन मूळ नामच त्या विशेषणाच्या जागी आलेले अन्यत्र दिसत नाही.

दामले यांनी मांडलेल्या या मतांचे प्रा. मंगरूळकर यांनी मुद्देसूद खंडन करून षष्ठी ही विभक्ती मानू नये असे म्हटले आहे. त्यांची मते पुढीलप्रमाणे-

क) प्रा. अरविंद मंगरूळकर-

१) षष्ठी विभक्ती आणि अन्य विभक्ती यांच्या स्वरूपात जो फरक आहे त्याचा निर्वाह कसा करणार? कोणत्या संबंधाने करणार? आणि सर्व विभक्तींना एका सूत्रात कसे गोवणार?

२) स्य ➤ त्य ➤ च्च ➤ च्चा ही भांडारकरांनी सुचविलेली व्युत्पत्ती ठीक असली तरी यांनी जो आधार घेतला तो भ्रांतिमूलक, भ्रांतिजनक, निरुपयोगी, गैरलागू आणि प्रामादिक आहे. ज्या भाषेचे व्याकरण रचावयाचे त्याच भाषेतील स्थिती पाहिली पाहिजे.

३) सामान्यरूपाचे अस्तित्व अथवा त्याचा अपवाद हे विभक्तीचे गमक म्हणून अभिप्रेत दिसते. परंतु तेच सापवादही आहे... षष्ठीचे इतर विभक्तीहूनचे वैलक्षण्य कसे जाणार?

४) षष्ठीचे प्रत्यय हे चरमप्रत्यय नाहीत व चरमप्रत्ययत्व ही काही विभक्तीची एकमेव कसोटी नव्हे यासंबंधी ते म्हणतात, "सप्तमीचे प्रत्यय हे काही षष्ठीप्रमाणे विशेषणकारक प्रत्यय नाहीत. शिवाय असे की सप्तमीचेही प्रत्यय हे विभक्तिप्रत्यय नाहीत...'शेषप्रत्यय' नावाचे प्रत्ययांचे एक वेगळे वर्गीकरण करून त्यात सप्तमीच्या प्रत्ययांना दाखल करिता येईल."

५) 'येथचा, तेथचा...' या विशेषणांतील चा प्रत्यय आणि षष्ठीचा चा प्रत्यय भिन्न आहेत हे दामल्यांचे मत मंगरूळकरांना मान्य नाहीत. त्यांच्या मते यायोगे षष्ठीचे विभक्तित्व तर सिद्ध होत नाहीच; उलट चा आदि प्रत्यय तद्धित प्रत्यय आहेत असे सिद्ध होते. दामले यांनी तुलनेसाठी 'ला' हा द्वितीयेचा घेतलेला प्रत्यय मंगरूळकरांना मान्य नाही.

६) षष्ठीच्या प्रत्ययांचे स्वरूप, इतर विभक्तिप्रत्ययांपेक्षा वेगळे आहे. म्हणून मंगरूळकर म्हणतात, "षष्ठीचा अपवाद वगळता मराठीने विभक्तींच्या स्वरूपाच्या ठिकाणी काही एकविधता सांभाळलेली आहे. ही एकविधता षष्ठीच्या स्वरूपामुळे जर बिघडणार असेल तर ते टाळून दुसरी व्यवस्था शोधू जाणे इष्ट होय." म्हणून मंगरूळकरांनी षष्ठी प्रत्ययाचा विशेषणात्मक साधित गटात-शेष प्रत्ययात-समावेश करावा अशी कल्पना सुचविली आहे.

७) षष्ठी प्रत्ययांनी साधलेल्या षष्ठी तत्पुरुष वगैरे समासाचे काय करायचे या दामले यांच्या आक्षेपाला उत्तर देताना त्यांनी म्हटले आहे, "अशा प्रकारच्या कर्मधारय समासाचा एक वेगळा गण समजावा."

८) षष्ठीच्या ठिकाणी विशेषणाचे गुणधर्म आहेत म्हणून मंगरूळकर म्हणतात, "मुख्य असे की, षष्ठीचे प्रत्यय विशेषणात्मक आहेत आणि अशा प्रकारची विशेषणात्मकता इतर विभक्तिप्रत्ययांच्या बाबतीत नाही, तेव्हा विभक्तिप्रत्ययांचे सर्वसाधारण स्वरुप अव्याकुल आणि रेखीव ठेवण्यासाठी षष्ठीचे प्रत्यय हे शेषप्रत्ययांच्या समूहात घालावेत."

९) षष्ठी प्रत्ययान्त शब्दापासून भाववाचक नामे होत नसल्याने त्यांना विशेषण म्हणता येत नाही. हे दामले यांचे मत मंगरूळकरांना मान्य असले तरी षष्ठ्यन्त रूपांचा स्वतंत्र गट करून साधित विशेषण गटात त्यांना घालावे असे त्यांनी सुचविले आहे.

१०) "पांढऱ्या घराचे दार' या ठिकाणी 'घराचे' हे 'दाराचे' विशेषण असेल तर 'पांढऱ्या' हे क्रियाविशेषण होईल...विशेषणापुढे विशेषण आल्याने सामान्यरूप

होत असलेले कोठेच ऐकिवात नाही'' असा दामले यांनी जो युक्तिवाद केला आहे त्याला मंगरूळकरांनी क्रियाविशेषण युक्तिवादाने उत्तर देताना म्हटले आहे, ''विशेषणापुढे विशेषण आल्याने सामान्य रूप होत असल्याचे कोठेच ऐकिवात नाही हे म्हणणे वस्तुस्थितीला धरून नाही. 'फिक्या हिरव्या रंगाची साडी' या वाक्यांशात 'फिक्या' हे सामान्यरूप 'हिरव्या' या विशेषणाशी संबद्ध आहे आणि 'हिरव्या' हे सामान्यरूप 'रंगाची' या विशेषणाशी संबद्ध आहे...त्यामुळे वरील आक्षेपामधील अवलोकनात काही संभ्रम झालेला आहे हे उघड आहे, त्यामुळे तो यथार्थ नाही.''

११) विशेषणांचा नामाप्रमाणे उपयोग होतो, परंतु 'चा' प्रत्ययान्त नामांचा असा नामाप्रमाणे उपयोग होतोसे वाटत नाही हा दामले यांचा आक्षेप मंगरूळकरांनी साधार खोडला आहे. त्यांच्या मते ''घरच्यांना लाथा, दारच्यांचे लाड; घरचीचं ते मिठवणी, बाहेरचीचं ते मिठ्ठापाणी' अशा प्रकारची पुष्कळशी उदाहरणे मराठीत आहेत. तेव्हा षष्ठी समर्थकांचे भाषेविषयीचे अवलोकन येथेही यथावत नाही. किंबहुना षष्ठी विभक्ती ही विशेषणवर्गात बसण्यास त्यायोगे अधिकच पात्र होते.''

१२) दामले यांनी कोणत्याही विशेषणाचा उपयोग अधिविशेषण व विधिविशेषण या दोन्ही प्रकारे व्हावयास पाहिजे पण षष्ठीच्या प्रत्ययांनी साधलेल्या शब्दांचा विधिविशेषणासारखा उपयोग होत नाही असा एक युक्तिवाद केला आहे. त्यालाही उत्तर देताना मंगरूळकरांनी म्हटले आहे, ''विशेषणाचा अधिविशेषण व विधिविशेषण म्हणून होणारा उपयोग हा त्याच्या विशेषणावर अवलंबून नसतो, म्हणजे ते विधिविशेषण होऊ शकले नाही तरी त्यामुळे त्याच्या विशेषणाला बाधा येत नाही.''

प्रा. मंगरूळकरांनी दामले यांच्या मतांचा परामर्श घेऊन षष्ठी ही विभक्ती का होऊ शकत नाही हे तपशीलवार सांगितले आहे आणि म्हटले आहे, ''षष्ठीचा विभक्तीमध्ये समावेश करणे समर्थनीय नाही. षष्ठी ही विशेषणात्मक असल्याने तिचे स्वरूप अन्य विभक्तीच्या स्वरूपाहून वेगळे आहे...चा, ची, चे; चे, च्या, ची हे रूढ षष्ठीचे प्रत्यय लिंगवचन-विकृती होणारे आहेत. त्यांना पुढे सामान्यरूपाचीही विकृती होते हे विशेष. शिवाय या प्रत्ययांपुढे कधी कधी यथासंभव विभक्तिप्रत्यय लागताना दिसतात...रूढ षष्ठीचा हा सर्वच व्यापार इतर विभक्तींहून विलक्षण आहे. या कारणास्तव षष्ठी विभक्ती ही व्याकरण व्यवस्थेत विभक्तिप्रकरणातून गाळावी आणि तिचा समावेश विशेषणात पांढरगणात करावा.'' मंगरूळकरांच्या या निष्कर्षात बराच अर्थ आहे म्हणून तो मान्य करावा लागेल.

श्री. मो. के. दामले व प्रा. अरविंद मंगरूळकर यांच्या विवेचनातून षष्ठी विभक्तीचे स्वरूप स्पष्ट होते. षष्ठी विभक्तीचे प्रत्यय इतर विभक्तिप्रत्ययांहून वेगळे आहेत आणि त्यांच्या ठायी विशेषणाचे गुणधर्म अधिक आहेत हे कोणाही अभ्यासकाला जाणवेल म्हणून डॉ. लीला गोविलकरांनी म्हटल्याप्रमाणे, ''मराठी

विभक्तींची नावे ही क्रमसूचक असल्याने तिच्यामध्ये थोडीफार उणीव निर्माण झालेली दिसेल; पण हा मुद्दा अत्यंत गौण आहे म्हणून ही विभक्ती गाळावी.'' अर्थात षष्ठी विभक्ती गाळणे म्हणजे षष्ठी विभक्ती नाकारणे नव्हे तर तिचे जात्यंतर करणे होय. षष्ठीला विभक्ती म्हणण्यापेक्षा विशेषण म्हणणे योग्य. कारकवाद्यांनी तर तिला कारक नसल्याने संपूर्णतः गाळली आहे.

षष्ठी : स्वामित्व-संबंध विभक्ती

षष्ठी विभक्तीमध्ये 'स्वामित्व संबंध' असतो असा विचार ग. ह. केळकर यांनी मांडला आहे. त्यांच्या मते, ''कारकाखेरीज नाम-सर्वनामांचे इतर नाम-सर्वनामांशी जे संबंध येतात त्यांपैकी एक संबंध स्वमित्वाचा किंवा मालकीचा दिसतो. यातही कारक आणि निष्क्रीय असे दोन प्रकार केले म्हणजे त्यात कोठेतरी इतर संबंधाचा समावेश करता येईल. उदा. वाघाची शिकार.'' परंतु यात वाघ हा शिकारीचा स्वामी असे दिसत नाही. दामले यांनी 'तो रात्रीचा जागतो' यातील 'रात्रीचा' या षष्ठ्यंत रूपाचा संबंध क्रियापदाशी असल्याचे म्हटले आहे, परंतु तो शब्द विभक्त्यन्त नसून क्रियाविशेषणात्मक आहे. त्यामुळे केळकर व दामले यांची मते मान्य करणे अवघड आहे.

सप्तमी विभक्ती

सप्तमी ही सुद्धा वादग्रस्त विभक्ती आहे. सप्तमीचे त, ई, आ हे एकवचनाचे व अनेकवचनाचे प्रत्यय आहेत. कारकवाद्यांनी क्रियेचे स्थळ व काळ या अर्थी तिला 'अधिकरण' असे म्हटले आहे. दामले यांनी संस्कृतच्या आधारे ही विभक्ती मानली आहे; परंतु डॉ. ग. मो. पाटील व प्रा. मंगरूळकर यांनी ही विभक्ती मानण्यास विरोध केला आहे. कारण-

१) डॉ. पाटील यांच्या मते, सप्तमीच्या प्रत्ययांनी साधलेली सर्वच रूपे क्रियाविशेषण बनून क्रियेबद्दल स्थळ, काळ दाखवितात म्हणून सप्तमीच्या प्रत्ययांना क्रियाविशेषणसाधित प्रत्यय मानावे. उदाहरणार्थ-तो मैदानात खेळतो, तो सकाळी येतो.

२) प्रा. मंगरूळकरांच्या मते सप्तमीचे प्रत्यय त, ई, आ असे देतात. यातील आ प्रत्यय बोटावर मोजण्याइतक्याच नामांना लागतो. जसे - माथा, गळा, पाया...आ प्रत्यय सर्वनामांना लागत नाही-ई हा प्रत्यय केवळ नामांनाच लागतो आणि त्यातही सर्व अ-कारान्त नामांना लागत नाही. शिवाय ई यापुढे चा इत्यादी शेषप्रत्यय लागतात. जसे-दिवशीचा, मनीचा, रात्रीचा अशा प्रकारे सप्तमीच्या ई, आं या प्रत्ययांच्या ठिकाणी इतर विभक्तिप्रत्ययांपेक्षा वैलक्षण्य आहे. त्यामुळे या प्रत्ययांची नोंद वेगळ्या प्रकारे शेषप्रत्ययात करणे युक्त आहे.

३) प्रा. मंगरूळकरांच्या मते सप्तमीच्या 'त' प्रत्ययाच्या ठिकाणी वैलक्षण्य आहे. तो चरम प्रत्यय नाही कारण त्याला ऊन, ला इत्यादी शेषप्रत्यय लागतात. आणि त्यापासून विशेषणे तयार होतात. उदा. घरातून, घरातला.

संबोधन विभक्ती

संबोधन हीदेखील वादग्रस्त विभक्ती आहे. संबोधनास एकवचनाचे प्रत्यय नाहीत, तथापि त्या एकवचनी रूपाचे सामान्यरूप आढळते. उदा. देव-देवा, राम-रामा. अनेवचनामध्ये तो प्रत्यय येतो, उदा. देवांनो, मुलांनो. दामले यांनी परंपरा व प्रत्ययत्व या आधारे संबोधनही विभक्ती मानली आहे.

परंतु कारकवाद्यांच्या मते संबोधनास कारक नसल्याने ती विभक्ती मानू नये. मात्र प्रत्ययवाद्यांना हे मत मान्य नाही. त्यांच्या मते संबोधनास प्रत्यय आहेत, ते चरमप्रत्यय आहेत, त्यांचे सामान्यरूप होते, ते नामांना लागतात. म्हणजे संबोधनाच्या ठायी विभक्तीचे सर्व गुणधर्म दिसून येतात म्हणून संबोधन विभक्ती मानावी. प्रा. मंगरूळकरांनी संबोधन ही विभक्ती मानावी असे म्हटले आहे व त्याची कारणे दिली आहेत-

१) संबोधनास ०, आ, या, ई, ए हे एकवचनाचे व नो हे अनेकवचनाचा प्रत्यय आहे.

२) ते चरमप्रत्यय आहेत.

३) विभक्तीवाचून संबोधनाचा कोणत्या गटात समावेश करणार?

४) संबोधनाचा वाक्यगत घटकपदाशी अन्वय होताना ते पद कोणत्याही विभक्तीत येऊ शकते, म्हणजे त्याचा दुसऱ्या शब्दाशी संबंध असतो. उदा. मुलांनो, तुम्ही आज अभ्यास केला नाही हं! या वाक्यात 'मुलांनो' या विभक्त्यन्त रूपाचा 'तुम्ही' या सर्वनामाशी संबंध आहे.

५) संबोधनाला स्वतंत्र प्रत्यय आहेत. त्यांना पुढे विकृती होत नाही. कसाही असो, त्याचा वाक्यगत घटकाशी अन्वय होतो. त्याचे प्रत्यय नामांना लागतात. या कारणास्तव त्याचा विभक्तीमध्ये अंतर्भाव करावा.

परंतु डॉ. ग. मो. पाटील यांनी संबोधनास विरोध करताना म्हटले आहे-

१) संस्कृतमध्ये संबोधनास प्रत्यय नाहीत व कारकार्थही नाहीत; म्हणून तिला स्वतंत्र विभक्ती मानलेली नाही.

२) वाक्यातील कोणत्याही पदाशी संबोधनाचा कोणताही संबंध नसतो. वाक्यातील संबोधन काढून टाकले तरी अर्थबोध होण्याच्या दृष्टीने काहीही अडत नाही.

३) सर्वनामाला संबोधन कधीच लागू पडत नाही.

४) संबोधनाच्या बरोबर अरे, ए इत्यादी केवलप्रयोगी अव्यये येतात.

डॉ. पाटलांनी घेतलेले आक्षेप योग्य आहेत. संबोधनाचे रूप हे वाक्यगत घटक किंवा पद असते म्हणणे अवघड आहे म्हणून ती विभक्ती न मानता केवलप्रयोगी अव्ययातील एक प्रकार मानण्यास काय हरकत आहे?

विभक्तिसंख्या

मराठीतील विभक्तीविषयी अनेक प्रकारचे वाद असल्याने मराठीत किती विभक्ती मानाव्यात याविषयी मतभिन्नता आढळते.

संस्कृतमध्ये आठ विभक्ती असल्याने परंपरा म्हणून दादोबा व गुंजीकरांनी मराठीतही आठ विभक्ती मानल्या.

कृष्णशास्त्री चिपळूणकरांनी कारकार्थास महत्त्व देऊन षष्ठी व संबोधन या विभक्ती गाळल्या व समानप्रत्ययामुळे द्वितीया गाळून चतुर्थी मानली आणि 'मराठीत पांच विभक्ती मानाव्या' असा निर्णय दिला. रा. भि. जोशी यांनीही कारकावरून षष्ठी व संबोधन गाळून उरलेल्या सहा विभक्ती मानल्या. मात्र त्यांना प्रथमा, द्वितीया न म्हणता त्यांनी कर्तृकारक, कर्मकारक अशी नावे दिली.

मो. के. दामले. हे प्रत्ययवादी असल्याने त्यांना समानप्रत्ययांमुळे द्वितीया गाळून उरलेल्या सात विभक्ती मानल्या.

म. पां. सबनीस यांनी प्रत्यय नसल्यामुळे प्रथमा व कारक नसल्याने षष्ठी या विभक्ती गाळल्या आणि उरलेल्या सहा विभक्ती मानल्या.

तर अर्वाचीन व्याकरणकारांनी ही संख्या आणखी कमी केली. डॉ. ग. मो. पाटील यांनी चरमप्रत्ययत्वाच्या आधारे प्रथमा/द्वितीया व तृतीया या तीनच विभक्ती मानल्या. प्रा. अरविंद मंगरूळकरांनी प्रथमा, द्वितीया, तृतीया व संबोधन या चारच विभक्ती मानल्या.

डॉ. लीला गोविलकरांनी या संदर्भात जे म्हटले आहे, ते समर्पक आहे. त्यांच्या मते, ''मराठीतील एक षष्ठीचा व संबोधनाचा अपवाद वगळल्यास इतर सर्व विभक्ती मानणे हे व्यवहाराला धरून आहे.'' म्हणजे मराठीत प्रथमा, द्वितीया, तृतीया, चतुर्थी, पंचमी व सप्तमी या सहा विभक्ती मानावयास हरकत नाही. प्रत्ययवादी व अर्थवादी या दोघांच्या दृष्टीनेही सहा ही विभक्तिसंख्या योग्य ठरते.

कारकविचार व कारकव्यवस्था

विभक्तिविचारात कारकविचाराला महत्त्वाचे स्थान आहे; कारण या कारकावरूनच विभक्तीचे स्वरूप, कार्य, प्रकार ठरविता येतात. दादोबा, गोडबोले, जोशी यांनी कारकाच्या आधारेच विभक्तिविचार केला आहे. कारकविचाराच्या आधारे व्याकरणकारांनी एक वेगळी विभक्तिव्यवस्था प्रतिपादन केली आहे.

कारक म्हणजे नाम व सर्वनाम यांचा क्रियापदाशी असणारा संबंध. वाक्यात सर्वांत महत्त्वाचा घटक म्हणजे क्रियापद. त्या क्रियापदाच्या स्पष्टीकरणासाठी वाक्यातील इतर शब्द आलेले असतात. म्हणजे क्रिया करणारा कोणीतरी असतो, क्रिया कोणावर तरी घडत असते, क्रिया करण्याचे कोणते तरी साधन असते, क्रियेचा आरंभ कोठून तरी झालेला असतो किंवा क्रियेला रोख व दिशा असते, इत्यादी गोष्टी वाक्यात सांगितलेल्या असतात. वाक्यातील शब्द या गोष्टींच्या संदर्भात आलेले असतात. त्यामुळे वाक्यातील शब्दांचा क्रियापदाशी वरीलपैकी कोणतातरी संबंध असतो. हा संबंध अर्थाचा असतो. या संबंधासच कारक म्हणतात. हा संबंध किंवा अर्थ व्यक्त करण्यासाठी नाम व सर्वनामांना प्रत्यय लागतात त्यामुळे हे प्रत्यय अर्थ व्यक्त करतात. असे अर्थ व्यक्त करणारे प्रत्यय हेच विभक्तिप्रत्यय होत. या प्रत्ययांच्या भिन्न भिन्न जातींस विभक्ती म्हणतात. उदाहरणार्थ, क्रियेचा कर्ता हा अर्थ म्हणून एक जात; कर्माचा संबंध म्हणून तिची एक जात; क्रियेचा आरंभ कोठे झाला त्या अर्थाची एक जात; क्रिया कोणत्या दिशेने किंवा उद्देशाने घडली त्या अर्थाची एक जात; क्रियेचे साधन या अर्थाची एक जात; क्रियेचे स्थळ व काळ या अर्थाची एक जात; म्हणजे वाक्यातील नाम किंवा सर्वनाम यांचा क्रियापदाशी सहा प्रकारचा संबंध येतो. म्हणून कारकवाद्यांनी प्रत्येक संबंध किंवा अर्थ यांची एक अशी विभक्ती मानली असून तिला अर्थद्योतक अशी नावे दिली आहेत. कारकवाद्यांनी सहा कारक (विभक्ती) मानले आहेत. ते असे-

कर्तृकारक	-क्रियेचा कर्ता	(प्रथमा)
कर्मकारक	-क्रियेचे कर्म	(द्वितीया)
करणकारक	-क्रियेचे साधन	(तृतीया)
संप्रदानकारक	-क्रियेचा उद्देश, रोख	(चतुर्थी)
अपादानकारक	-क्रियेचा आरंभ, वियोग	(पंचमी)
अधिकरणकारक	-क्रियेचे स्थळ, काळ	(सप्तमी)

प्रत्ययवाद्यांनी प्रथमा ते संबोधन अशा आठ विभक्ती मानल्या आहेत, त्या कारकवाद्यांना मान्य नाहीत. त्यांच्या मते षष्ठी व संबोधन यांना कारक नसल्याने त्या विभक्ती मानू नये. उरलेल्या सहा विभक्तींना कारक असल्याने कारकवाद्यांच्या मते मराठीत सहाच विभक्ती मानाव्यात आणि त्यांना प्रथमा, द्वितीया अशी क्रमसूचक नावे देण्यापेक्षा कर्तृकारक, कर्मकारक अशी अर्थद्योतक नावे द्यावीत.

कारकवाद्यांचा प्रत्ययांवरून विभक्ती मानण्यास विरोध आहे; कारण त्यांच्या मते विभक्तीमध्ये प्रत्ययांना महत्त्व नसून अर्थांना महत्त्व असते. अर्थ व्यक्त करण्यासाठी प्रत्यय आलेले असतात. दुसरी गोष्ट अशी की प्रत्ययांवरून विभक्ती

मानल्यास अनेक अडचणी येतात. उदा. प्रथमेला प्रत्ययच नाहीत. द्वितीया काही वेळा अप्रत्ययी असते. द्वितीया व चतुर्थीचे प्रत्यय समान असल्याने स, ला, ना प्रत्यय लागलेला शब्द द्वितीयेचा की चतुर्थीचा हे ठरविता येत नाही आणि ठरवायचे झाले तर अर्थाचे, कारकाचे सहाय्य घ्यावे लागते. तिसरी गोष्ट अशी की, एकच प्रत्यय भिन्न भिन्न अर्थानी येतो तेव्हा अर्थावरूनच विभक्ती ठरवावी लागते. उदा. रामाने काठीने साप मारला. या वाक्यात रामाने हा कर्ता व काठीने हे करण आहे आणि ते ठरविण्यासाठी अर्थाचे सहाय्य घ्यावे लागते.

कारकवाद्यांनी मांडलेला हा अर्थविचार बराचसा शास्त्रीय आहे, पण तो परिपूर्ण आहे असे म्हणता येत नाही; कारण प्रत्येक वेळी कारकसंबंध असतोच असे नाही आणि कारकसंबंध नसेल तर विभक्तीच नव्हे असे म्हणणे योग्य ठरणार नाही. नाम व सर्वनाम यांच्या क्रियापदाशी संबंध असतो हे खरे, पण बऱ्याच वेळी तो परस्परांशीही-शब्दाशी-असतो. कारकवाद्यांनी प्रत्यय गौण मानले, परंतु विभक्तिविचारात प्रत्ययांनाही महत्त्व आहे. प्रत्ययांमुळेच अर्थ व्यक्त होतात. प्रत्यय अर्थपूर्ण असतात; म्हणून प्रत्यय गौण मानून चालणार नाही.

कारकविचार हा विभक्तीकडे पाहण्याचा एक नवा दृष्टिकोन आहे एवढे मात्र खरे.

विभक्ती प्रत्ययांवरून मानाव्यात की अर्थावरून?

विभक्ती या प्रत्ययांवरून मानाव्यात की अर्थावरून हा एक महत्त्वाचा वाद आहे. काही व्याकरणकार प्रत्ययवादी आहेत तर काही अर्थवादी. दोघांनीही आग्रहाने मतप्रतिपादन केले आहे. त्यामुळे विभक्तीकडे पाहण्याचे दोन दृष्टिकोन तयार झाले आहेत. यासंबंधीची बरीचशी चर्चा विभक्तीची व्याख्या व कारकविचार या मुद्द्याचा परामर्श घेताना केली आहे. म्हणून त्या दोघांच्याही मतांचा येथे थोडक्यात परामर्श दिला आहे.

विभक्ती या प्रत्ययांवरून मानाव्यात म्हणणाऱ्या व्याकरणकारांची मते अशी-

१) मूळ संस्कृत भाषेत प्रत्ययांवरून विभक्ती मानल्या आहेत आणि मराठीतील विभक्ती संस्कृतमधून आल्याने मराठीतही प्रत्ययावरून विभक्ती मानाव्यात.

२) वाक्यात शब्दांची जी रूपे होतात, ती प्रत्यय लागल्याने होतात. विभक्ती हा विकार आहे. विभक्तिविचार हा शब्दविचार आहे, वाक्यविचार नव्हे. म्हणून वाक्यातील अर्थाच्या संबंधात विचार करणे योग्य नव्हे.

३) कारकव्यवस्था सदोष आहे; त्यामुळे केवळ कारकावरून विभक्ती मानणे योग्य नाही.

४) नाम, सर्वनाम या शब्दांचा नेहमी क्रियापदाशी संबंध असतो असे नाही. तो इतर शब्दांशीही असतो. उदा. मनाने मोकळा, आमचा मुलगा.

५) विभक्तीमध्ये अर्थ महत्त्वाचा असला तरी तो प्रत्ययांशिवाय व्यक्त होत नाही. प्रत्ययांमुळेच अर्थ व्यक्त होतो म्हणून प्रत्यय महत्त्वाचे आणि अर्थ हा गौण होय.

६) प्रत्यय भिन्न भिन्न असले तरी एकच अर्थ स्पष्ट करणारे प्रत्यय एका जातीचे समजून समान अर्थाच्या प्रत्ययांचा एकेक गट करून त्यांची वर्गवारी केली आहे व त्यांनाच प्रथमा, द्वितीया अशी नावे दिली आहेत, ती योग्य आहेत व रूढ झालेली आहेत.

७) षष्ठी विभक्तीच्या ठायी विभक्तींचे गुणधर्म असल्याने ती विभक्ती मानावी. कारकावरून ती त्याज्य मानणे योग्य नाही.

८) एकच प्रत्यय भिन्न भिन्न अर्थाने येत असला तरी त्यामुळे विभक्तित्व नाकारणे योग्य नाही. ही विभक्तीची अपूर्णावस्था आहे.

९) एकच विभक्ती भिन्न भिन्न अर्थाने येते हीही अपूर्णावस्था आहे; परंतु त्यामुळे फारसे बिघडत नाही. फक्त तिचा उपयोग कोणकोणत्या अर्थी होतो त्याची नोंद घेतली की पुरे.

या उलट अर्थावरून विभक्ती मानावी म्हणणाऱ्या व्याकरणकारांची मते अशी

१) व्युत्पत्तीचा आधार योग्य नाही-कारण मराठीचे विभक्तिप्रत्यय प्रत्यक्ष संस्कृतवरून आले नसून ते संस्कृत ➤ प्राकृत ➤ अपभ्रंश या मार्गाने आले असल्याने संस्कृतपेक्षा मराठी विभक्तींचे स्वरूप वेगळे आहे. शिवाय मूळ संस्कृतमध्ये विभक्तिव्यवस्था व्यापक व वेगळी आहे. म्हणून परंपरेचा आधार घेणे योग्य नाही.

२) विभक्तीमध्ये प्रत्ययांपेक्षा अर्थास महत्त्व आहे. अगोदर अर्थ नंतर प्रत्यय म्हणून अर्थ महत्त्वाचा व प्रत्यय गौण होय.

३) कारक महत्त्वाचे असल्याने कारकावरूनच विभक्ती मानाव्यात. कारक सहा प्रकारचे असल्याने मराठीत विभक्तिसंख्या सहा मानावी. षष्ठी व संबोधन यांना कारक नसल्याने त्या विभक्ती मानू नयेत.

४) विभक्तिप्रत्यय लागणाऱ्या शब्दांचा परस्परांशी संबंध नसून तो क्रियापदाशी असतो. हाच कारकसंबंध होय.

५) कारकावरून विभक्तींना कर्तृकारक, कर्मकारक, करणकारक अशा अर्थद्योतक नावे देणे योग्य होय. प्रथमा, द्वितीया ही क्रमसूचक नावे योग्य नाहीत.

६) प्रत्ययांवरून विभक्ती मानण्यात अनेक अडचणी येतात. प्रथमेला प्रत्यय नाहीत, द्वितीया-चतुर्थीचे प्रत्यय समान आहेत. अशा वेळीच नव्हे तर प्रत्येक वेळी विभक्ती ठरविताना अर्थाचे सहाय्य घ्यावे लागते.

७) प्रत्यय हे बाह्यरूप असून अर्थ हा आत्मा त्यामुळे प्रत्ययापेक्षा अर्थाला महत्त्व आहे.

८) प्रत्ययव्यवस्था सदोष असल्याने प्रत्ययावरून विभक्ती मानणे अडचणीचे आहे. एकच प्रत्यय भिन्न भिन्न अर्थ व्यक्त करतो. अशा वेळीही अर्थाचे सहाय्य घ्यावे लागते.

विभक्तिविचारात महत्त्व प्रत्ययाला की अर्थाला हा वाद एकांगी व दुराग्रही आहे म्हणून म. पां. सबनीसांनी स्वीकारलेली भूमिका योग्य वाटते. त्यांनी म्हटले आहे, ''विभक्ती हा विकार आहे. तो विकार नामाचा क्रियापदाशी असलेला संबंध दर्शविण्यासाठी होतो म्हणून कारकांनाही महत्त्व आहे. पण विकाररूपे प्रत्ययांच्या द्वारे होतात व विभक्तिप्रकारही प्रत्ययांमुळे होतात, म्हणून विभक्ती ओळखण्याच्या कामी प्रत्ययांचे महत्त्व अधिक आहे.'' म्हणजे विभक्ती ठरविताना प्रत्यय व अर्थ या दोहोंचे सहाय्य घ्यावे लागते. त्यामुळे दोहोंनाही महत्त्व आहे.

सामान्यरूप

नाम व सर्वनाम यांना विभक्तिप्रत्यय लागताना त्यांच्या अंत्य अक्षरामध्ये जो बदल होतो त्याला सामान्यरूप असे म्हणतात. सामान्यरूप होणे हे मराठी विभक्तीचे एक वैशिष्ट्य आहे.

हे सामान्यरूप नामाच्या लिंगावर व त्याच्या अंत्य अक्षरावर अवलंबून असते. मराठीत एकंदर लिंगे तीन व नामाची अंत्याक्षरे 'अ' पासून 'ओ' पर्यंत आठ आहेत, ती म्हणजे अ, आ, इ, ई, उ, ऊ, ए, ओ. म्हणजे जवळ जवळ ८×३ = २४ प्रकारे सामान्यरूप होते.

मराठीतील काही नामांमध्ये कोणताही बदल होत नाही त्यांना अविकृतांग असे म्हणतात आणि ज्यांच्यात बदल होतो त्यांना विकृतांग म्हणतात. विकृतांग नामाची सामान्यरूपे प्रमुख चार प्रकारची आढळतात. ती म्हणजे आकारान्त, ईकारान्त, उकारान्त व एकारान्त. सामान्यत: सामान्यरूप होताना मूळ शब्दाची आकारान्त, याकारान्त, वाकारान्त, इयाकारान्त, उवाकारान्त, अवाकारान्त, एकारान्त, वेकारान्त, इयेकारान्त, उवेकारान्त, अवेकारान्त रूपे तयार होतात.

प्रत्येक लिंगी तयार होणारी सामान्यरूपे पुढीलप्रमाणे-

पुल्लिंगी नामे

अकारान्त	-	देव	-	देवाचा	आकारान्त सामान्यरूप
आकारान्त	-	घोडा	-	घोड्याने	याकारान्त सामान्यरूप
इकारान्त	-	कवि	-	कवीला	इकारान्त सामान्यरूप

ईकारान्त -	तेली -	तेल्याने	याकारान्त सामान्यरूप
उकारान्त -	भानु -	भानूला	उकारान्त सामान्यरूप
ऊकारान्त -	लाडू -	लाडवात	अवाकारान्त सामान्यरूप
ओकारान्त -	टाहो -	टाहोचा	अविकृतांग सामान्यरूप

स्त्रीलिंगी नामे

अकारान्त -	भिंत -	भिंतीला	ईकारान्त सामान्यरूप
	वाट -	वाटेचा	एकारान्त सामान्यरूप
आकारान्त -	शाळा -	शाळेला	एकारान्त सामान्यरूप
इकारान्त -	रीती -	रीतीने	ईकारान्त सामान्यरूप
ईकारान्त -	बी -	बियाचा	इयाकारान्त सामान्यरूप
उकारान्त -	सासू -	सासवेने	अविकारान्त सामान्यरूप
	पिसू -	पिसवेचा	वेकारान्त सामान्यरूप
एकारान्त -	सवे -	सवेने	अविकृतांग सामान्यरूप
ओकारान्त -	बायको -	बायकोचा	अविकृतांग सामान्यरूप

नपुंसकलिंगी नामे

आकारान्त-	घर -	घरात	आकारान्त सामान्यरूप
ईकारान्त -	पाणी -	पाण्यात	याकारान्त सामान्यरूप
ऊकारान्त -	कुंकू -	कुंकवाचा	अवाकारान्त सामान्यरूप
एकारान्त -	तळे -	तळ्यातयाकारान्त सामान्यरूप	

सामान्यरूप होण्याविषयी वरीलप्रमाणे नियम असले तरी त्याला अपवादही खूप आहेत. प्रत्येक वेळी वरील नियमानुसार सामान्यरूप होईलच असे नाही.

तसेच सर्वनामाची सामान्यरूपे वेगळ्या पद्धतीने होतात. उदा. मी- माझा, तो-त्याचा, ते-त्यांनी, आम्ही-आम्हाला.

उपपदार्थ व कारकार्थ

नामांना लागणाऱ्या विभक्तिप्रत्ययांनी त्यांचा कधी इतर शब्दांशी असलेला संबंध कळतो तर कधी क्रियापदांशी असलेला संबंध कळतो. या संबंधाला विभक्ती म्हणतात आणि विभक्तीचा दोन प्रकारे उपयोग होतो; त्यामुळे दोन प्रकारच्या विभक्ती समजल्या जातात.

विभक्तींनी नामांचा क्रियापदांशी संबंध जोडला जातो तेव्हा विभक्तीला कारक विभक्ती म्हणतात, यालाच कारकार्थ म्हणतात आणि जेव्हा विभक्तींनी नामांचा इतर शब्दांशी संबंध जोडला जातो तेव्हा त्यास उपपद विभक्ती किंवा उपदार्थ असे म्हणतात. कारकार्थ कर्ता, कर्म, करण, संप्रदान, अपादान व अधिकरण असे सहा आहेत; परंतु उपपदार्थ मात्र अनेक आहेत. म्हणजे एकच प्रत्यय अनेक अर्थांनी वापरला जातो. उदा.- तृतीयेचा 'ने' प्रत्यय करणकारक (क्रियेचे साधन) म्हणून वापरला जातो. जसे-रामा काठीने साप मारतो. परंतु 'ने' प्रत्यय लागलेला शब्द इतर अर्थीही येतो. जसे-

कर्ता - रामाने पत्र लिहिले.

हेतू किंवा निमित्त - आपल्या आशीर्वादाने आमचे भले झाले.

अंगविकार - तो पायाने लंगडा आहे.

अपेक्षा - तो स्वभावाने गरीब आहे.

अवधी - बारा वर्षांनी दुष्काळ पडला.

रीती - तो मोठ्याने बोलतो.

❑

आख्यात

आख्यात विचार

आख्यातविचार हा क्रियापदविचार आहे. धातूंना काही प्रत्यय लागून त्यापासून क्रियापदांची जी रूपे साधली जातात त्यांचा यात विचार केला जातो. क्रियापदाचे मूळ रूप म्हणजे धातू. धातूला लिंग, वचन, पुरुष, काळ व अर्थ असे पाच विकार होतात. त्या विकारांचे दर्शक असे प्रत्यय लागतात. यातील काळ व अर्थ यांचे दर्शक असलेल्या प्रत्ययांनाच आख्यात ही संज्ञा मो. के. दामले यानी दिली आहे. त्यांच्या मते-

"धातूस जे प्रत्यय लागून क्रियापदे तयार होतात त्यांस आख्यात प्रत्यय असे म्हणतात." दामले यांनी आख्यात ही संज्ञा संस्कृतवरून मराठीत घेतली. त्यापूर्वीच्या व्याकरणकारांनी इंग्रजी व्याकरणाच्या आधारे धातूंना लागणाऱ्या प्रत्ययांचा विचार केला. इंग्रजीत Tense व Moods आहेत, त्या आधारे काळ व अर्थ या संज्ञा वापरून धातूंना लागणाऱ्या प्रत्ययांचा व त्यापासून तयार होणाऱ्या क्रियापदाचा विचार केला. पण दामले यांना तो विचार मान्य नसल्याने त्यांनी आख्यातविचार मांडला.

पारंपरिक रूढव्यवस्था

दादोबा पांडुरंग, म. पां. सबनीस इत्यादी व्याकरणकारांनी इंग्रजीप्रमाणे क्रियापदाचे काळावरून व अर्थावरून भेद मानले.

दादोबांनी काळाचे मुख्य तीन प्रकार मानले, ते म्हणजे- १) वर्तमानकाळ २) भूतकाळ, ३) भविष्यकाळ. या काळांचे त्यांनी पुन्हा अनेक उपप्रकार मानले. याशिवाय अर्थ पाच प्रकारचे मानले; ते म्हणजे १) स्वार्थ, २) आज्ञार्थ ३) विध्यर्थ, ४) संकेतार्थ, ५) संशयार्थ; परंतु पुढील व्याकरणकारांनी त्यातील काही प्रकार मानले नाहीत. मात्र त्यांच्या विचाराचे सूत्र पकडून त्यांनी काळाचे वर्तमान, भूत व भविष्य हे मुख्य प्रकार मानले व त्या प्रत्येकाचे साधा, अपूर्ण,

पूर्ण व रीती असे चार उपप्रकार मानले आणि अर्थाचे आज्ञार्थ, विध्यर्थ व संकेतार्थ हे तीनच प्रकार मानले. म्हणजे धातूस काळाचे बारा प्रकारचे व अर्थाचे तीन प्रकारचे असे पंधरा प्रकारचे प्रत्यय लागतात असे प्रतिपादन केले व तीच व्यवस्था मराठीत रूढ झाली.

काळव्यवस्था

१) वर्तमानकाळ

जो काळ विशिष्ट प्रत्ययांच्या द्वारे साधारणपणे सध्या काय घडते त्याविषयी सांगतो त्यास वर्तमानकाळ असे म्हणतात. त्याचे प्रकार चार-

अ) अपूर्ण वर्तमानकाळ : तो अभ्यास करीत आहे.

ब) पूर्ण वर्तमानकाळ : त्याने अभ्यास केला आहे.

क) रीती वर्तमानकाळ : तो अभ्यास करीत असतो.

ड) साधा वर्तमानकाळ : तो अभ्यास करतो.

२) भूतकाळ

जो काळ विशिष्ट प्रत्ययांच्याद्वारे साधारणपणे मागे काय घडले त्याविषयी सांगतो त्या काळास भूतकाळ असे म्हणतात. त्याचे प्रकार चार-

अ) अपूर्ण भूतकाळ : तो अभ्यास करीत होता.

ब) पूर्ण भूतकाळ : त्याने अभ्यास केला होता.

क) रीती भूतकाळ : तो अभ्यास करीत असे.

ड) साधा भूतकाळ : त्याने अभ्यास केला.

३) भविष्यकाळ

जो काळ विशिष्ट प्रत्ययांच्याद्वारे साधारणत: पुढे काय घडेल त्याविषयी सांगतो त्या काळास भविष्यकाळ असे म्हणतात. त्याचे प्रकार चार-

अ) अपूर्ण भविष्यकाळ : तो अभ्यास करीत असेल.

ब) पूर्ण भविष्यकाळ : त्याने अभ्यास केला असेल.

क) रीती भविष्यकाळ : तो अभ्यास करीत राहील.

ड) साधा भविष्यकाळ : तो अभ्यास करील.

अर्थव्यवस्था

१) आज्ञार्थ

ज्या अर्थापासून विशिष्ट प्रत्ययांच्या द्वारे आज्ञा, विनंती, प्रार्थना यांचा बोध

होतो त्यास आज्ञार्थ असे म्हणतात. उदा. तू जा, तुम्ही खेळा, आपण देशासाठी त्याग करू.

२) विध्यर्थ

ज्या अर्थापासून विशिष्ट प्रत्ययांच्या द्वारे विधी म्हणजे इच्छा, अपेक्षा, कर्तव्य, आशीर्वाद, सामर्थ्य इत्यादी हेतूंचा बोध होतो त्या अर्थास विध्यर्थ असे म्हणतात. उदा. तू पत्र लिहावेस, तुम्ही अभ्यास करावा, आपण प्रेमाशी एकनिष्ठ राहावे, त्यांना शक्ती प्राप्त होवो.

३) संकेतार्थ

ज्या अर्थापासून विशिष्ट प्रत्ययांच्या द्वारे संकेत म्हणजे अट, पर्याय इत्यादी हेतूंचा बोध होतो त्या अर्थास संकेतार्थ असे म्हणतात. उदा.- पाऊस पडला असता तर पिके चांगली आली असती. तिने प्रतिसाद दिला असता तर त्याला आनंद झाला असता.

पारंपरिक व्यवस्थेला विरोध

काळ व अर्थ या पारंपरिक व रूढ व्यवस्थेला दामले यांनी विरोध केला आहे. कारण-

१) धातूस लागणाऱ्या चरमप्रत्ययाच्या वर्गास सर्वसाधारण असे एक नाव मराठीत प्रचारात नाही ही पहिली मोठी उणीव होय. ती आख्यात या शब्दाने भरून निघेल.

२) काळ व अर्थ यांमधील फरक व्याकरणात फारसा महत्त्वाचा नाही कारण की ज्या आख्यातास अर्थ असे म्हटले आहे; ती काळ दाखवीत नाहीत किंवा ज्या आख्यातास अर्थ असे म्हटले आहे त्यांनी अर्थ दाखविला जात नाही, असे थोडेच आहे.

३) ज्यास काळ व ज्यास अर्थ असे म्हणतात ती सर्व पदे धातूस चरमप्रत्यय लागून झालेली असल्यामुळे त्या सर्वांस साधारण असे एक नाव असणे इष्ट व अवश्य आहे आणि ते आख्यात होय.

४) एकाच आख्याताचा अनेक अर्थी व अनेक काळी उपयोग होत असतो.

आख्यात व्यवस्था

दामले यांनी संस्कृतच्या आधारे मराठीत आख्यातव्यवस्था मांडली आहे. नाम व सर्वनाम यांना लागणाऱ्या चरमप्रत्ययांना विभक्ती म्हटले जाते व त्या विभक्तीचे प्रत्यय सांगितले जातात. त्याचप्रमाणे धातूंना लागणाऱ्या चरमप्रत्ययांना आख्यात म्हणावे व त्याचे प्रत्यय सांगावेत असे दामले यांचे मत आहे. याला

विरोध करताना म. पां. सबनीसांनी मात्र म्हटले आहे- १) संस्कृतमध्ये आख्यात व विभक्ती या दोन्ही संज्ञा एकाच अर्थाच्या असल्याने मराठीत त्या भिन्न अर्थाने घेणे योग्य नाही. २) काळ व अर्थ या दोन संज्ञा असताना आख्यात अशी नवी संज्ञा शोधण्याची आवश्यकताच नाही. परंतु सबनीसांची ही मते सबळ वाटत नाहीत. मराठीने स्वतंत्र संज्ञा वापरायला हरकत नाही आणि काळ व अर्थ यांना लागणाऱ्या प्रत्ययांचे दामले यांनी आख्यातव्यवस्थेत केलेले विवेचन व वर्गीकरण शास्त्रीय असल्याने आख्यातविचार स्वीकारण्यास हरकत नसावी.

आख्यातविचाराचे स्वरुप

दामले यांनी आख्यातासंबंधी पुढील महत्त्वाचे विचार मांडले आहेत-

१) धातूस जे प्रत्यय लागून क्रियापदे तयार होतात त्यांस आख्यातप्रत्यय म्हणतात.

२) आख्याते सात आहेत. १) प्रथम ताख्यात, २) द्वितीय ताख्यात, ३) लाख्यात, ४) वाख्यात, ५) ई-आख्यात, ६) ऊ- आख्यात,७) ई-लाख्यात.

३) प्रत्येक आख्यातात तीन पुरुष, दोन वचने आणि तीन लिंगे आहेत. म्हणजे आख्यातरूप पुरुष, लिंग व वचन याप्रमाणे बनते.

४) विभक्तीप्रमाणे आख्यातेही प्रत्ययांवरून मानली पाहिजेत.

५) आख्यातास जी नावे द्यावयाची ती अर्थपूर्ण कामाची नाहीत तर केवळ सांकेतिक चिन्हासारखी पाहिजेत. (म्हणून दामले यांनी प्रत्येक आख्याताच्या प्रत्ययावरून प्रातिनिधिक एक प्रत्यय घेऊन प्रत्ययद्योतक असे नाव आख्यातास दिले आहे. उदा. वर्तमानकाळात तो, ते, तोस, तात हे प्रत्यय येतात म्हणून त्यांस त्यानी ताख्यात म्हटले आहे. भूतकाळात ला, ली, ले, लो, लास हे प्रत्यय येतात म्हणून त्यास त्यांनी लाख्यात असे म्हटले आहे.)

६) संयुक्त क्रियापदात मुख्य धातूचे कृदन्त किंवा धातुसाधित सांगून सहाह्य धातूचे रूप ज्या आख्याती असेल ते त्या संयुक्त क्रियापदाचे आख्यात रूप होय. उदा. करीत असतो, केले असते, करणार असतो, इत्यादी रूपांत प्रथम ताख्यात आहे.

आख्यातार्थ

प्रथम ताख्यात (वर्तमानकाळ)

ज्या परंपरेने वर्तमानकाळ असे म्हणतात त्यास दामले यांनी प्रथम ताख्यात असे म्हटले आहे. या आख्याताचे प्रत्यय पुरुषाच्या लिंगवचनाप्रमाणे बदलतात. तथापि तिन्ही लिंगी बहुवचनी एकच प्रत्यय लागतात, फरक फक्त एकवचनात आहे.

पुरुष		एकवचन		अनेकवचन
	पु	स्त्री	नपुं.	तिन्ही लिंगी
प्र. पु.	तो	त्ये ते	ते	तो
द्वि. पु.	तोस	त्येस, तेस तीस	तेस	तां, ता
तृ. पु.	तो	त्ये, ते	ती ते	तात

द्वितीय ताख्यात (संकेतार्थ)

ज्याला संकेतार्थ असे म्हटले जाते त्यास दामले यांनी द्वितीय ताख्यात असे म्हटले आहे. याचे प्रत्यय प्रथम ताख्याताप्रमाणेच असतात म्हणून त्यास द्वितीय ताख्यात असे म्हटले आहे. याचे प्रत्यय लिंगानुसार बदलतात.

पुरुष	पुल्लिंग		स्त्रीलिंग		नपुंसकलिंग	
	ए. व	अ. व	ए. व	अ. व	ए. व	अ. व
प्र. पु.	तो	तो	त्ये, ते	तो	ते	तो
द्वि. पु.	तास	ता, तेत	तीस	ता, तात	तेस	तो, तीस
तृ. पु	ता	ते	ती	त्या	ते	तीत

लाख्यात (भूतकाळ)

ज्यास भूतकाळ असे म्हटले जाते त्यास दामले यांनी लाख्यात असे म्हटले आहे. हे आख्यात संस्कृतातील त-प्रत्ययान्त भूतकर्मणी व्ययी कृदन्तापासून निघाले असल्यामुळे ह्याचे प्रत्यय लिंगवचनानुसार बदलतात.

पुरुष		पुल्लिंगी		स्त्रीलिंगी	नपुंसकलिंग	
	ए. व	अ. व	ए. व	अ. व	ए. व	अ.व
प्र. पु.	लो	लो	ल्ये ले	लो	लें	लो
द्वि. पु	लास,	लां, लांत लेत	लीस, लां	लांत ल्यात	लेंस, लात,	ला लीत
तृ. पु.	ला	ले	ली	ल्या	लें,	लीं

वाख्यात (विध्यर्थ)

ज्याला विध्वर्थ असे म्हणतात त्यास दामले यांनी वाख्यात असे म्हटले आहे. इच्छा, अपेक्षा इत्यादी अर्थ त्यातून व्यक्त होतात. हे आख्यात मूळ संस्कृत तव्य प्रत्ययान्त व्ययी कृदन्तापासून निघाले असल्याने याचे प्रत्यय लिंग, वचनानुसार बदलतात.

पुरुष	पुल्लिंग		स्त्रीलिंग		नपुंसकलिंग	
	ए. व	अ. व	ए. व	अ. व	ए. व	अ. व
प्र. पु.	आवा	आवे	आवी	आव्या	आवें	आवीं
द्वि. पु.	आवास	आवे आवेत	आवीस	आव्या आव्यात	आवेंस	आवीं आवींत
तृ. पु.	आवा	आवे आवेस	आवी	आव्या आव्यात	आवें	आवी आवींत

ई-आख्यात (रीतिभूतकाळ)

ज्यास रीतिभूतकाळ असे म्हटले जाते त्यास दामले यांनी ई-आख्यात असे म्हटले आहे. क्रियेची सवय, क्रियेचे सातत्य असा त्याचा भूतकाळी अर्थ असतो या आख्याताचे प्रत्यय मूळ संस्कृत लट् या आख्याताच्या प्रत्ययापासून आले असल्याने ते लिंगभेदाने बदलत नाहीत.

पुरुष	एकवचन	अनेकवचन
प्र. पु.	ई (सक.) एं. (अक.)	ऊं, ओ
द्वि. पु.	स	आं, आ
तृ. पु.	ई (सक.) एं (अक.)	त

ऊ-आख्यात (आज्ञार्थ)

ज्याला आज्ञार्थ असे म्हटले जाते त्यास दामले यांनी ऊ-आख्यात असे म्हटले आहे. आज्ञा, विनंती, प्रार्थना असा त्यांचा अर्थ असतो. या आख्याताचे प्रत्यय मूळ लोट् या संस्कृत आख्याताच्या प्रत्ययापासून निघाले असल्यामुळे लिंगभेदाने बदलत नाहीत.

(कंसातील प्रत्यय कवितेत आढळतात.)

पुरुष	एकवचन	अनेकवचन
प्र. पु.	ऊ, (ओ)	ऊ (ओ)
द्वि. पु.	(ई, एं)	आ
तृ. पु.	ऊ, ओ	ऊत, ओत

ई-लाख्यात (भविष्यकाळ)

ज्यास भविष्यकाळ म्हटले जाते त्यास दामले यांनी ई-लाख्यात असे म्हटले

आहे. या आख्याताचे प्रत्यय ई- आख्याताच्या प्रत्ययांपासून झाले असल्यामुळे त्याच्याप्रमाणे याचेही प्रत्यय लिंगभेदानुसार बदलत नाहीत. ई-आख्याताच्या प्रत्ययांपुढे 'ल' हे अक्षर लागून या आख्याताचे द्वितीय व तृतीय पुरुषाचे प्रत्यय प्राप्त होतात. प्रथमपुरुषी एकवचनी 'ल' चा न झाला आहे व अनेकवचनी त्या ल चा लोप झाला आहे.

पुरुष	एकवचन	अनेकवचन
प्र. पु	ईन (सक.) एन (अक.)	ऊं
द्वि. पु.	शोल	आल
तृ. पु.	ईल (सक.) एल (अक.)	तील

आख्यातव्यवस्थेवरील आक्षेप

दामले यांनी धातूंना लागणाऱ्या प्रत्ययांच्या आधारे जी आख्यातव्यवस्था मांडली तिच्यावर काही व्याकरणकारांनी आक्षेप घेतले आहेत, ते असे-

१) म. पां. सबनीसांच्या मते "संस्कृतमध्ये आख्यात व विभक्ती या दोन्ही संज्ञा एकाच अर्थाने असल्याने मराठीने त्या भिन्न अर्थाने घेणे योग्य नाही. तसेच काळ व अर्थ या दोन संज्ञा असताना आख्यात अशी नवी संज्ञा शोधण्याची आवश्यकताच नाही.

म्हणजे सबनीसांचा आख्यात ही संज्ञा वापरण्यास विरोध आहे. परंतु मराठीने आख्यात संज्ञेचा स्वतंत्ररीत्या उपयोग करण्यास काहीच हरकत नाही. काळ व अर्थ या दोन्ही संज्ञा असल्या तरी त्यात दोन्ही प्रकारच्या प्रत्ययांचा समावेश होऊ शकेल, अशी संज्ञा वापरली तर बिघडत नाही.

२) दामले यांनी सात आख्याते मानली आहेत व ती प्रत्ययांवरून मानली आहेत. प्रा. चंद्रकांत अदावतकरांनी त्यावर आक्षेप घेताना म्हटले आहे, "स्वतःला प्रत्ययवादी म्हणविणारे व त्याच आधारावर जोश्यांच्या जुन्या वर्तमानकाळ, रीतिभूतकाळ या वर्गीकरणावर टीका करणारे दामले स्वतः तत्त्वच्यूत झाले आहेत. त्यांनी दोन ताख्याते मानण्याचे काहीच कारण नव्हते. एकच ताख्यात मानून त्याचे निरनिराळे दोन उपयोग सांगणे बरे, असे दामले का म्हणत नाहीत?"

अदावतकरांचा हा आक्षेप योग्य आहे. दोन्ही ताख्यातांचे अर्थ वेगळे असले तरी प्रत्यय समानच आहेत आणि दामले यांनी अर्थाला महत्त्व न देता प्रत्ययांना महत्त्व देऊन आख्याते ही प्रत्ययांवरून मानली पाहिजेत, असे म्हटल्याने वास्तविक पाहता त्यांनी एकच ताख्यात मानून सहा आख्याते मानायला हरकत नाही.

३) रा. भि. गुंजीकर यांनी 'शिकणार, करणार, देणार' इत्यादींचे एक स्वतंत्र

आख्यात मानले आहे व आख्यातांची संख्या आठ मानली आहे. परंतु दामले म्हणतात त्याप्रमाणे 'णार-आख्यात' मानण्याची गरज नाही; करण ते आख्यात नसून कृदन्त आहे व त्यापुढे त्याचे सहाय्य क्रियापद असते, पण ते अध्याहृत (गुप्त) असते. म्हणजे 'तो जाणार' या वाक्यात 'जाणार आहे, जाणार होता, जाणार असेल' अशी क्रियापदाची रूपे असतात म्हणून णार-आख्यात नावाचा प्रकार मानण्याची गरज नाही.

❑

प्रयोग

व्याख्या व स्वरूप

वाक्यातील महत्त्वाचा घटक म्हणजे क्रियापद होय. क्रियापदांचे हे रूप मूळ धातूला लिंग, वचन, पुरुष, काळ व अर्थ यांचे प्रत्यय लागून तयार होते. यातील लिंग, वचन, व पुरुष यांचे प्रत्यक्षात प्रत्यय नसले तर वाक्यातील कर्ता किंवा कर्म यांच्या लिंग, वचन व पुरुषाप्रमाणे क्रियापदाचे रूप बनत असते. त्यालाच सर्वसाधारणपणे प्रयोग असे म्हणतात.

प्रयोगविचारात, कर्ता, कर्म, क्रियापद यांना महत्त्व असते, म्हणून त्यांचा अर्थ प्रथमतः स्पष्ट करून घेतला पाहिजे. कर्ता म्हणजे क्रिया करणारा, क्रियेचा निर्माता किंवा अधिष्ठाता. हा कर्ता नाम, सर्वनाम, विशेषण, धातुसाधित अशा कोणत्याही शब्दजातींतील असू शकेल. क्रिया ज्याच्याबाबतीत संभवते, क्रियापद ज्याच्या संदर्भात येते, तो कर्ता असतो. परंतु कृष्णशास्त्री चिपळूणकरांच्या मते, ''प्रत्येक धातूस कर्म असते असा जसा नियम नाही, तसा प्रत्येक धातूस कर्ता असतोच असा नियम म्हणता येत नाही. 'उजेड होतो' 'मळमळ होते' असा कर्ता व क्रिया दोन्हींचाही बोध एका क्रियापदाने होतो. असल्या क्रियापदांस 'अकर्तृक' क्रियापदे असे म्हणावे... भावअकर्तृक क्रियापदे असे म्हणता येणार नाही... अकर्तृक हे विशेषण आम्ही क्रियेस लावीत नाही, तर क्रियापदास लावतो.''

दादोबा पांडुरंगानी काही क्रियापदांना कर्ता नसतो अशी क्रियापदे भावकर्तृक होत असे म्हटले आहे. 'सांजावले' 'मळमळते' या क्रियापदांना स्वतंत्र कर्ता नाही. क्रियेने दर्शविला जाणारा भाव हाच वक्त्याच्या मनातील प्रधान उद्देश असल्याने तो भावच कर्ता (धातुरुपेश) झाला असे त्यांचे मत आहे, तर कृ. पां. कुलकर्णी यांनी म्हटले आहे, ''क्रिया ही घटना आहे, व ती घडविणारा कोणीतरी कर्ता असावयास पाहिजे. सांजावले मळमळते हे सर्व प्रयोग त्या व्याकरणकारांच्या दृष्टीने अकर्तृक क्रियापदांचे प्रयोग होत पण आमच्या मते असे म्हणणे शास्त्रीयदृष्ट्या चूक आहे. ह्या

वाक्यात पण कर्ता आहेच फक्त तो स्पष्ट नाही तर तो अध्याहृत आहे.'' याचा अर्थ कर्ता म्हणजे केवळ क्रिया करणारा असाच नव्हे तर वाक्यरचनेच्या दृष्टीने क्रियापदावर अधिकार चालविणारा शब्द असाही अर्थ घ्यावा लागेल; पण क्रियापदाला कर्ता हा असावाच लागतो.

धातूला कर्ता असतो तसे कर्मही असते. अर्थात प्रत्येक धातूस कर्म असेलच असे नाही. काही धातू सकर्मक असतात व काही धातू अकर्मक असतात. म्हणजे काही क्रिया अशा असतात की त्या घडण्यास 'कर्ता' हा एक घटक पुरेसा असतो; परंतु काही क्रिया अशा असतात की त्या घडण्यासाठी दोन घटकांची-वस्तूंची-गरज असते. उदा. 'पड' धातूची क्रिया घडण्यासाठी 'तो पडला' या वाक्यात 'तो' हा कर्ता पुरेसा आहे; परंतु 'खा' धातूची क्रिया घडण्यासाठी खाणारा हवा आणि खायची वस्तू हवी म्हणून 'तो लाडू खातो' असे विधान केले जाते. याचा अर्थ दामले यांनी म्हटल्याप्रमाणे ''धातूने दाखविली जाणारी क्रिया कर्त्यापासून निघते व ज्या दुसऱ्या कोणावर किंवा कशावर तिचा परिणाम घडतो किंवा निदान ज्याकडे तिचा रोख किंवा कल असतो त्यास त्या क्रियेचे कर्म म्हणतात.''

वाक्यातील कर्ता व कर्म यांचा क्रियापदाशी संबंध असतो तसा क्रियापदावर अधिकारही असतो; त्यामुळे क्रियापदाची रूपे बनतात असे दिसून येते. त्या बाबतीत पुढील तीन प्रवृत्ती दिसून येतात-

१) कर्त्याच्या लिंग, वचन व पुरुषाप्रमाणे क्रियापदाचे रूप बनते. यालाच कर्तरी प्रयोग असे म्हणतात. उदा.-तो जातो, ती जाते, ते जातात.

२) कर्माच्या लिंग, वचनाप्रमाणे क्रियापदांचे रूप बनते यालाच कर्मणी प्रयोग असे म्हणतात. उदा. त्याने पत्र लिहिले, त्याने निबंध लिहिला, त्याने कविता लिहिली.

३) काही वेळा कर्ता किंवा कर्म यांच्या लिंगवचनानुसार क्रियापदाचे रूप न बनता ते स्वतंत्ररित्या बनते, यालाच भावे प्रयोग असे म्हणतात. उदा. रामाने रावणास मारले, लोकांनी सरकारला निवडले.

प्रयोगाचे प्रकार

कर्ता किंवा कर्म यांच्या लिंगवचन-पुरुषानुसार क्रियापदाचे रूप बनण्याच्या किंवा त्यानुसार वाक्यप्रयोग होण्याच्या प्रवृत्तीनुसार प्रयोगाचे मुख्य तीन प्रकार समजले जातात, ते म्हणजे-

१) कर्तरी प्रयोग

२) कर्मणी प्रयोग

३) भावे प्रयोग

या शिवाय दामले यांनी आणखी एक प्रकार मानला आहे, तो म्हणजे-

४) संकीर्ण प्रयोग

याशिवाय या प्रत्येकाचे काही विशिष्ट लक्षणांनुसार उपप्रकार मानले जातात.

कर्तरी प्रयोग

ज्या वाक्यातील क्रियापदाचे रूप कर्त्याच्या लिंग, वचन व पुरुषाप्रमाणे बनलेले असते त्या वाक्यप्रयोगास कर्तरी प्रयोग असे म्हणतात. उदा.- राम जातो, सीता जाते, लोक जातात.

वैशिष्ट्ये

१) कर्तरी प्रयोगात क्रियापदाचे रूप कर्त्याच्या लिंग, वचन व पुरुषाप्रमाणे बनलेले असते. उदा. तो जातो, ती जाते, तू जातोस.

२) कर्तरी प्रयोगात कर्ता हा नेहमी प्रथमा विभक्तीत असतो. कर्त्याला कधीही विभक्तिप्रत्यय लागत नाही.

३) कर्तरी प्रयोगात कर्म असेल ते प्रथमा, द्वितीया विभक्तीत असते. उदा. मंदा पत्र लिहिते, मंदा मुलांना छान शिकविते.

या बाबतीत पुढील वैशिष्ट्ये दिसतात-

अ) अप्राणिवाचक शब्द कर्मस्थानी असता तो नेहमी प्रथमान्त असतो. जसे-तो काम करतो, ती आंबे खाते, ते कपडे रंगवितात-

ब) जेव्हा वाक्यात संप्रदानार्थी चतुर्थी असते तेव्हा कर्म नेहमी प्रथमान्त असते, अथवा वाक्यात एक (अप्रत्यक्ष) कर्म चतुर्थ्यन्त असते, तेव्हा दुसरे (प्रत्यक्ष) कर्म प्रथमान्त असते. मग ते प्राणिवाचक असो किंवा अप्राणिवाचक असो. जसे-तो ब्राह्मणास दक्षिणा देतो, ती प्रियकरास पत्र लिहिते, मी तुला एक गाय देईन.

क) मनुष्यवाचक सामान्यनाम किंवा विशेषनाम कर्म असता ते बहुधा चतुर्थ्यन्त असते तर कधी कधी प्रथमान्तही आढळते. जसे- तू गोविंदाला बोलाव, तो काकाला आणतो, तो मुलगा गावाला पाठवितो.

ड) मनुष्येतर प्राणिवाचक शब्द कर्मस्थानी असता तो चतुर्थ्यन्त किंवा प्रथमान्त असतो. जसे-तो गाय बांधतो, तो गाईस बांधतो, ती घोड्याला मारते.

इ) पुरुषवाचक सर्वनामे कर्मस्थानी असता ती नेहमी चतुर्थ्यन्तच असतात. जसे-ती मला फार आवडते, मी तिला ओळखतो, तुम्ही आम्हाला सांभाळा.

या विवेचनात कर्मास लागणाऱ्या विभक्तिप्रत्ययासंबंधी थोडासा गोंधळ जाणवतो तो द्वितीया व चतुर्थी संबंधाने. दामले यांनी द्वितीया गाळून चतुर्थी मानल्याने सर्वत्र सप्रत्ययी कर्माचा चतुर्थ्यन्त म्हणून उल्लेख केला आहे. तो त्यांच्या दृष्टीने बरोबर असला तरी द्वितीया व चतुर्थी यांचे कर्म व संप्रदान असे भिन्न अर्थ असल्याने काही व्याकरणकारांनी कर्मस्थानी असलेल्या शब्दांची द्वितीया विभक्ती मानली आहे. त्यातही अप्रत्ययी द्वितीया व सप्रत्ययी द्वितीया मानली असल्याने अशा ठिकाणी प्रथमेचा प्रश्नच उद्भवत नाही. परंतु 'ती मला पत्र लिहिते', तो ब्राह्मणास दक्षिणा देतो' या वाक्यांतील मला, ब्राह्मणास ही रूपे कर्माची नसून संप्रदानाची, म्हणजे क्रिया कोणत्या दिशेने झाली तो अर्थ दाखविणारी असल्याने त्यांची चतुर्थी विभक्ती मानावी लागते. तथापि सजीव प्राणिवाचक शब्द कर्मस्थानी असेल तरच स, ला ना हे प्रत्यय लागतात, निर्जीव वस्तुवाचक शब्द असेल तर हे प्रत्यय लागत नाहीत असे दिसून येजे. जसे-तो गाईस बांधतो, तो पत्र लिहितो, ती चित्र पाहते.

४) कर्तरी प्रयोगाचे प्रकार दोन मानले जातात, ते म्हणजे सकर्मक कर्तरी व अकर्मक कर्तरी. ज्या कर्तरी प्रयोगात कर्म असते त्यास सकर्मक कर्तरी प्रयोग असे म्हणतात. उदा. तो पत्र लिहितो आणि ज्या कर्तरी प्रयोगात कर्म नसते त्यास अकर्मक कर्तरी प्रयोग असे म्हणतात. उदा. तो झाडावरून पडला. वास्तविक पाहता सकर्मक किंवा अकर्मक हा धातूचा गुणधर्म असतो. त्यामुळे कर्तरी प्रयोगाचे ते प्रकार मानणे कितपत योग्य आहे याबद्दल मतभेद होऊ शकतो. कर्तरी प्रयोगाच्या विशिष्ट रचनेमुळे सकर्मक किंवा अकर्मक प्रकार घडले असते तर ते मानणे योग्य ठरले असते; परंतु तसे आढळत नाही; म्हणून कर्तरी प्रयोगाचे हे प्रकार मानावेत काय असा प्रश्न उपस्थित होतो.

कर्मणी प्रयोग

ज्या वाक्यातील क्रियापदाचे रूप त्या वाक्यातील कर्माच्या लिंग, वचनाप्रमाणे बनलेले असते त्या वाक्यप्रयोगास कर्मणी प्रयोग असे म्हणतात. जसे-त्याने पत्र लिहिले, तिने चित्रे पाहिली. कर्मणी प्रयोगात कर्माच्या लिंगवचनानुसार क्रियापदाचे रूप बनण्याचे विविध प्रकार आढळतात त्यावरून त्याचे प्रकार बनतात.

कर्मणी प्रयोगाचे प्रकार

कर्मणी प्रयोगाचे दामले यांनी मुख्य दोन प्रकार मानले आहेत. ते म्हणजे-

१) प्रधानकर्तृक कर्मणी व २) गौणकर्तृक कर्मणी. गौणकर्तृक कर्मणीचे पुन्हा चार उपप्रकार मानले आहेत. ते म्हणजे-१) पुराण कर्मणी, २) नवीन

कर्मणी ३) समापन कर्मणी, ४) शक्य कर्मणी. म्हणजे कर्मणी प्रयोगाचे एकंदरीत पाच प्रकार होतात. त्यांचे स्वरूप व वैशिष्ट्ये पुढीलप्रमाणे -

१) प्रधानकर्तृक कर्मणी

ज्या कर्मणी प्रयोगातील कर्त्यास अर्थाच्या दृष्टीने प्राधान्य असते त्यास प्रधान कर्तृक कर्मणी असे म्हटले जाते. वास्तविक पाहता कर्मणी प्रयोगात कर्मासच प्राधान्य असायला हवे; परंतु मराठीत एका प्रकारच्या कर्मणी प्रयोगात कर्त्यास गौणत्व नसून महत्त्व असते. उदा. त्याने काम केले, त्याने पत्र लिहिले. या वाक्यांत कर्मास प्राधान्य नसून कर्त्यास प्राधान्य आहे म्हणून त्यास प्रधानकर्तृक कर्मणी असे म्हटले आहे. त्याची लक्षणे अशी-

१) कर्त्यास बहुधा तृतीया विभक्तीचा प्रत्यय लागलेला असतो, काही वेळा पर्यायहीन चतुर्थी असते.

२) कर्म हे प्रथमेत असते.

३) क्रियापद हे कर्माच्या लिंगवचनानुसार बनलेले असते. तसेच ते बहुधा भूतकाळात किंवा विध्यर्थात असते. उदाहरणार्थ-

त्याने पत्र लिहिले.
त्याने पत्र लिहावे.
त्याला ही सवय सोडावी लागली.

पुराण कर्मणी

हा प्रयोग मूळ संस्कृत कर्मणी प्रयोगापासून आलेला आहे. मात्र तो बहुधा जुन्या मराठी कवींच्या काव्यात आढळतो, गद्यात फारसा आढळत नाही. आजच्या मराठीत तर तो आढळत नाहीच.

उदा०- त्वा काय कर्म करिजे लघु लेकराने.

नवीन कर्मणी

१) हा प्रयोग इंग्रजीतून मराठीत आला असल्याने त्याला नवीन कर्मणी म्हणतात. इंग्रजीत Passive Voice चा उपयोग करून जे वाक्य तयार होते त्याचे मराठीत भाषांतर करताना ते रूप रूढ झाले आहे. उदा.-Thief was caught by the police. मराठीत- शिपायाकडून चोर धरण्यात आला.

२) या कर्मणी प्रयोगात कर्त्यास तृतीयेचा विभक्तिप्रत्यय न लागता त्याऐवजी ‘कडून’ हे शब्दयोगी अव्यय लागलेले असते.

३) कर्म हे प्रथमेत असते.

४) मुख्य धातूचे ला-कृदन्त व जा या सहाय्य धातूचे विवक्षित रूप

योजलेले असते तर काही वेळेला मुख्य धातूच्या णे-कृदन्ताचे सप्तम्यन्त रूप करून 'ये' या सहाय्य धातूचे विवक्षित रूप योजलेले असते. उदा.-

शिपायाकडून चोर धरला जातो.

शिपायाकडून चोर धरण्यात येतो.

५) या प्रयोगातील क्रियापदाची रूपे बहुधा भूतकाळात किंवा विध्यर्थात असतात. उदा.

शिपायाकडून चोर धरला गेला.

शिपायाकडून चोर धरला जावा.

समापन कर्मणी

१) या प्रयोगातील क्रियापदाचा अर्थ क्रियासमाप्ती असा असतो.

२) कर्त्यास षष्ठी विभक्तीचा प्रत्यय लागलेला असतो आणि कर्त्याचे हे षष्ठ्यन्त रूप कर्मगामी असते. म्हणजे कर्माच्या लिंगवचनानुसार षष्ठीचा चा, ची, चे यांपैकी प्रत्यय लागतो.

३) मुख्य धातूचे 'ऊन' कृदन्त करून 'हो' या सहाय्य धातूचे विवक्षित रूप वापरलेले असते.

४) हा प्रयोग सर्व आख्यातांत होतो.

उदा.- मंदाचे पुराण वाचून झाले.

हेमाचा धडा वाचून होईल.

आशाची कविता लिहून झाली.

किरणचा लाडू खाऊन झाला.

अमितचे पत्र लिहून व्हावे.

शक्य कर्मणी

१) या प्रयोगातील क्रियापदाचा अर्थ क्रिया करण्याची शक्यता, सामर्थ्य, इच्छा, अपेक्षा असा असतो.

२) कर्त्यास तृतीया किंवा चतुर्थी विभक्तीचे प्रत्यय लागतात.

३) कर्म हे प्रथमेत असते.

४) क्रियापदाची रूपे ही शक्य धातूची असतात म्हणजे मुख्य धातूस व, अव अवव हे प्रत्यय लावून शक्य क्रियापदे तयार केलेली असतात.

उदा.- माझ्याने हे काम करवते.

मला हे काम करवते.

त्याच्याने एवढी रक्कम देववणार नाही.

भावे प्रयोग

ज्या वाक्यातील क्रियापदाचे रूप कर्ता किंवा कर्म यांच्या लिंगवचनाप्रमाणे न होता ते स्वतंत्ररीत्या होते म्हणजे तृतीय पुरुषी नपुंसकलिंगी एकवचनी असते त्या वाक्यप्रयोगास भावे प्रयोग असे म्हणतात. दामले यांच्या मते, "ज्या वाक्यातील क्रियापद कर्तृगामी व कर्मगामीही नसते म्हणजे ते कर्ता किंवा कर्म यांपैकी कोणाच्याच पुरुषलिंगवचनाप्रमाणे बदलत नाही तर नेहमी तृतीय पुरुषी नपुंसकलिंगी व एकवचनी असते, त्या वाक्यात भावे प्रयोग आहे असे म्हणतात."

भावे प्रयोगाची वैशिष्ट्ये

१) भावे प्रयोगात क्रियापदाचे रूप कर्ता किंवा कर्म यांच्या लिंगवचन पुरुषाप्रमाणे बनलेले नसते.

२) भावे प्रयोगात क्रियापदाचे रूप स्वतंत्ररीत्या म्हणजे तृतीय पुरुषी, नपुंसकलिंगी, एकवचनी बनलेले असते.

३) भावे प्रयोगात कर्ता व कर्म नेहमी विभक्त्यजन्य असतात.

४) क्रियापदाचे रूप बहुधा भूतकाळी किंवा विध्यार्थी असते.

भावे प्रयोगाचे प्रकार

भावे प्रयोगातील वाक्यरचनेवरून त्याचे प्रधानकर्तृक भावे व गौणकर्तृक भावे असे मुख्य दोन प्रकार समजले जातात आणि गौणकर्तृक भावे प्रयोगाचे पुराण भावे, समापन भावे व शक्य भावे असे तीन उपप्रकार समजले जातात. याशिवाय काही व्याकरणकारांनी अकर्तृक भावे असा एक प्रकार मानला आहे. म्हणजे भावे प्रयोगाचे पाच प्रकार मानले जातात. त्याचे स्वरूप असे-

प्रधानकर्तृक भावे

१) या प्रयोगात कर्त्यास प्राधान्य असते.

२) कर्त्यास बहुधा तृतीयेचा ने, नी प्रत्यय लागलेला असतो.

३) अशा प्रयोगात कर्मास द्वितीया किंवा चतुर्थीचा प्रत्यय लागलेला असतो.

४) हा प्रयोग सकर्मक किंवा अकर्मक या दोन्ही प्रकारांत असतो.

उदा.- रामाने रावणास मारले. (सकर्मक)

रामाने रावणास मारावे. (सकर्मक)

त्याने जावे. (भावे)

पुराण भावे

१) हा प्रयोग जुन्या मराठी भाषेत आढळतो व तो संस्कृतमधून आला आहे.

२) या वाक्यात कर्म असू शकत नाही.

३) कर्तृपद तृतीया विभक्तीत असते.

४) क्रियापदाच्या रूपामध्ये 'ज' हा जुना प्रत्यय येतो. उदा.- पुण्यात्मके पापे स्वर्गा जाईजे.

समापन भावे

१) या प्रयोगात क्रियासमाप्ती असा क्रियापदाचा अर्थ असतो.

२) कर्त्यास षष्ठीचे विभक्तिप्रत्यय लागलेले असतात.

३) अशा प्रयोगात सहसा कर्म असत नाही. असल्यास कर्मास द्वितीया विभक्तीचे प्रत्यय लागतात.

४) मुख्य धातूचे ऊन - कृदन्त व 'हो' या सहाय्य धातूचे विवक्षित रूप साधलेले असते. म्हणजे या प्रयोगात संयुक्त क्रियापदाचा उपयोग केलेला असतो.

उदा. त्याचे लिहून झाले.
रामाचे रावणास मारून झाले.

शक्य भावे

१) या प्रयोगातील क्रियापदाचा अर्थ क्रिया करण्याची इच्छा, अपेक्षा, शक्यता, सामर्थ्य असा असतो.

२) या प्रयोगात कर्ता हा चतुर्थी किंवा तृतीया विभक्तीत असतो.

३) या प्रयोगात कर्म नसते.

४) मूळ धातूस व, अव, अवव, हे प्रत्यय, लावून शक्य क्रियापदाची रूपे साधलेली असतात. उदा.- त्याला जाववते त्याच्याने जाववते.

अकर्तृक भावे

१) या प्रयोगात कर्त्यास प्राधान्य नसते, इतकेच नव्हे तर वाक्यात काही वेळेस कर्ताच नसतो. उदा. त्याला घरी यायला सांजावले. इतक्यात सांजावले.

२) कर्ता असेल तर तो चतुर्थी विभक्तीत असतो; परंतु त्या ठिकाणी चतुर्थी ऐवजी तृतीया चालत नाही.

३) ही वाक्ये नेहमी अकर्मक असतात.

उदा.- त्याला सांजावले किंवा उजाडले.

इतक्यात सांजावले किंवा उजाडले.

दादोबांनी या प्रयोगास 'भावकर्तृक' असे म्हटले आहे, म्हणजे क्रियेचा भाव हाच कर्ता. परंतु दामले यांना हा विचार मान्य नाही. त्यांच्या मते प्रयोग अकर्तृक समजावा तर कृ. पां कुलकर्णी यांच्या मते हा प्रयोग 'अकर्मक अकर्तृक भावे प्रयोग' समजावा. परंतु कर्त्याशिवाय क्रिया संभवत नसल्याने दामले व कुलकर्णी यांचा विचार मान्य करणे अवघड आहे. अशा वाक्यात कर्ता अप्रत्यक्ष किंवा अध्याहृत असतो.

संकीर्ण प्रयोग

"कर्तरी, कर्मणी व भावे हे जे मुख्य तीन प्रयोग आहेत त्यांतील कोणत्यातरी दोन प्रयोगांचा संकर होऊन होणाऱ्या प्रयोगास संकीर्ण प्रयोग असे म्हणतात." अशी मो. के. दामले यांनी व्याख्या केली असून संकीर्ण प्रयोगाचा एक नवा प्रकार प्रतिपादन केला आहे. त्यांच्या मते, "कर्तरी, कर्मणी आणि भावे असे तीन प्रयोग आहेत. त्यांपासून तीन संकर म्हणजे संकीर्ण प्रयोग उत्पन्न व्हावेत. कर्तृकर्मसंकर, कर्तृभावसंकर आणि कर्मभावसंकर. या तीन संभवनीय संकीर्ण प्रयोगांपैकी कर्तृभावसंकराचे उदाहरण कोठेच आढळत नाही; परंतु कर्तृकर्मसंकर आणि कर्मभावसंकर ह्या दोन संकीर्ण प्रयोगांचा व्यावहारिक भाषणात बराच प्रचार आहे." दामले यांची संकीर्ण प्रयोगाची कल्पना अपवादात्मक परिस्थितीत आढळणारी असली तरी ती शास्त्रीय व तार्किक असल्याने तिचा स्वीकार करणे भाग आहे. त्या प्रयोगांचे स्वरूप पुढीलप्रमाणे आढळते-

१) कर्तृकर्मसंकर

उदा. तू मला पुस्तक दिलेस.

तुम्ही मला पुस्तक दिलेत.

त्याने काम केलेन.

१) हा प्रयोग अंशतः कर्तरी व अंशतः कर्मणी असतो, म्हणजे क्रियापदाचे रूप कर्ता व कर्म या दोहोंप्रमाणे बनलेले असते.

२) या वाक्यात कर्ता व कर्म दोन्ही प्रथमान्त (प्रथमा विभक्तीत) असतात.

३) हा प्रयोग कर्ता द्वितीय पुरुषी तू-तुम्ही असतानाच आढळतो, इतरत्र नाही. क्वचित प्रसंगी तृतीय पुरुषी कर्ता आढळतो व त्यास तृतीयेचा प्रत्यय लागलेला असतो उदा० त्याने काम केलेन.

२) कर्मभावसंकर

उदा.- आईने मुलीला निजविली.

गोविंदरावांनी तिला माहेरी पाठविली पाहिजे.

१) या वाक्यांतील प्रयोग अंशत: कर्मणी व अंशत: भावे असतो.

२) मुळात ही वाक्ये भावे प्रयोगाची आहेत; परंतु कर्माच्या लिंगवचनानुसार क्रियापदाची रूपे बनल्याने ती कर्मणीही बनली आहेत.

३) या वाक्यात कर्ता व कर्म या दोहोंना भावे प्रयोगाप्रमाणे विभक्तिप्रत्यय लागतात; परंतु क्रियापद मात्र कर्माच्या लिंगवचनानुसार बनलेले असते.

४) अशा प्रयोगात कर्ता तृतीयान्त व कर्म चतुर्थ्यन्त असते. कर्ता व कर्म प्रथमान्त नसतात.

३) कर्तृभावसंकर

उदा: तू त्याला न्यायचे होतेस.

तुम्ही त्याला न्यायचे होतेत.

१) हा प्रयोग अंशत: कर्तरी व अंशत: भावे असतो, म्हणजे क्रियापद हे कर्तरी व भावे दोन्ही प्रयोगांप्रमाणे असते.

२) हा प्रयोग मुळात भावे असतो; परंतु कर्त्याच्या लिंगवचनाचा क्रियापदावर परिणाम झाल्याने तो कर्तरीही बनतो.

३) हा प्रयोग सकर्मक व अकर्मक या दोन्ही प्रकारांत होतो.

४) हा प्रयोग द्वितीय पुरुषी 'तू-तुम्ही' हे कर्ते असतानाच होतो, इतरत्र नाही.

दामले यांनी संकीर्ण प्रयोगाचे जे तीन प्रकार मानले आहेत त्यांतील कर्तृकर्मसंकर व कर्तृभावसंकर यांचाच जास्त वापर आढळतो. कर्मभावसंकराचा आढळत नाही.

❑

समास

व्याख्या

समास ही संस्कृतमधून मराठीत आलेली प्रवृत्ती असली तरी ती कोणत्याही भाषेचीही प्रवृत्ती असू शकते. दोन किंवा अधिक शब्द एकत्रित आणून कमीत कमी शब्दात अधिकाधिक अर्थ व्यक्त करणे हा त्या पाठीशी असणारा हेतू आहे. संस्कृत भाषा ही सर्वांत अधिक समासप्रधान आहे, त्या मानाने मराठीसारखी आधुनिक भारतीय भाषा ही कमी समासप्रधान आहे. मात्र संस्कृताचा प्रभाव, अनुकरण व एकंदर भाषाप्रवृत्ती यांमुळे मराठीतही समासप्रवृत्ती आली आहे.

श्री. मो. के. दामले यांनी समासाची व्याख्या करताना म्हटले आहे, "दोन किंवा अधिक शब्दांचा परस्पर संबंध दाखविणारे किंवा प्रत्यय लोप पावून त्या दोन किंवा अधिक शब्दांचा जो एक स्वतंत्र शब्द तयार होतो त्या शब्दास 'सामासिक शब्द' असे म्हणतात आणि त्या दोन किंवा अधिक शब्दांचा जो हा एकत्र संयोग होतो त्यास 'समास' असे म्हणतात. उदा. गणेश म्हणजे गणांचा ईश. या शब्दात गण + ईश या दोन शब्दांचा संबंध दाखविणारा 'गणांचा ईश' मधील षष्ठीचा प्रत्यय लोप पावला आहे. रघुनाथ, भाषासौंदर्य, देशभक्ती, घरजावई इत्यादी शब्दांत त्यातील विभक्तिप्रत्यय लोप पावून नवीन सामासिक शब्द तयार केले आहेत.

समासाची वैशिष्ट्ये

१) समासामध्ये दोन किंवा अधिक शब्द एकत्रित येतात.

२) एकत्रित आलेल्या शब्दसंयोगातून नवीन अर्थाचा एक शब्द तयार होतो.

३) समास होताना दोन शब्दांतील विभक्तिप्रत्यय किंवा दोन शब्द जोडणारे शब्द लोप पावतात.

४) दोन शब्द एकत्रित येताना त्यांतील वर्णाचा संधी होतो. जसे– गणेश

गण + ईश (अ + ई - ए) निष्पाप - निः + पाप (विसर्ग संधी)

५) समासांतर्गत शब्दांचा संबंध व्यक्त करून दाखविण्याच्या रीतीस म्हणजे समासाची फोड करण्याच्या पद्धतीस विग्रह असे म्हणतात. उदा. सूर्यप्रकाश सूर्याचा प्रकाश हा विग्रह होय.

समासाचे प्रकार

समासाचे मुख्य प्रकार चार आहेत. दोन शब्द एकत्रित येण्याच्या पद्धतीवरून व त्यांतील कोणत्या शब्दास प्राधान्य असते त्यावरून हे प्रकार समजले जातात. ते प्रकार असे-

१) **अव्ययीभाव समास :** पहिला शब्द प्रधान.

२) **तत्पुरुष समास :** दुसरा शब्द प्रधान

३) **द्वंद्व समास :** दोन्ही शब्द प्रधान

४) **बहुव्रीही समास :** दोन्ही शब्द प्रधान नसून त्यातून व्यक्त होणारा अर्थ महत्त्वाचा.

या समासाचे स्वरुप पुढीलप्रमाणे -

१) अव्ययीभाव समास

"ज्या समासात पहिला शब्द प्रधान असतो आणि जो सगळा शब्द क्रियाविशेषण अव्यय असतो त्यास अव्ययीभाव समास असे म्हणतात." जसे- यथाशक्ती, प्रतिक्षण, दरदिवस, दररोज.

-मो. के. दामले

१) या समासात पहिला शब्द प्रधान असतो.

२) हा सामासिक शब्द क्रियाविशेषण अव्यय असतो.

३) या समासात पहिला शब्द हा उपसर्ग असतो. हे उपसर्ग संस्कृत, अरबी, फारसी या भाषांतून आलेले असतात.

४) संस्कृत अव्ययांपासून आलेले समास-

यथा (प्रमाणे)	-	यथाशक्ती, यथामती, यथाविधी
आ (पासून)	-	आजीवन, आजन्म
आ (पर्यंत)	-	आमरण
प्रति (प्रत्येक)	-	प्रतिमास, प्रतिदिन, प्रतिक्षण
यावत् (पर्यंत)	-	यावज्जीव

५) अरबी, फारसी अव्ययांपासून झालेले समास-

दर (प्रत्येक)	-	दरसाल, दरमजल, दरडोई

हर (प्रत्येक)	-	हरसाल, हररोज
बिन (शिवाय)	-	बिनधोक, बिनतक्रार
बे (विरुद्ध)	-	बेकायदा, बेमालूम
गैर (विरुद्ध)	-	गैरहजर, गैरसमज

६) मराठीत नामासमोर नाम जोडून समास तयार करण्याची पद्धती आहे ती अव्ययीभाव समासाचाच प्रकार होय. उदा. घरोघर, गावोगाव, दारोदार, दिवसेंदिवस, जागोजागी, गल्लोगल्ली, मधोमध, खरोखर.

२) तत्पुरुष समास

"ज्या समासात दुसरा शब्द प्रधान असतो त्यास तत्पुरुष समास असे म्हणतात."

- मो. के. दामले

तत्पुरुष समासाची वैशिष्ट्ये

१) तत्पुरुष समासामध्ये पहिला शब्द बहुधा नाम किंवा विशेषण असतो आणि विग्रहामध्ये त्यास प्रथमा व संबोधन यांशिवाय इतर सर्व विभक्ती लागतात.

२) दोन शब्दांतील विभक्ती किंवा इतर शब्द यांचा लोप झालेला असतो आणि विग्रहाच्या वेळी त्याचा उल्लेख केला जातो.

३) दोन शब्द एकत्रित येऊन नवीन अर्थाचा नवीन शब्द तयार होतो.

४) तत्पुरुष समासात संधी होऊन नवीन सामासिक शब्द तयार होतो.

तत्पुरुष समासाचे प्रकार

तत्पुरुष समासाचे मुख्य प्रकार खालीलप्रमाणे-

अ) व्यधिकरण तत्पुरुष

ब) समानाधिकरण तत्पुरुष (कर्मधारय)

क) मध्यमपदलोपी तत्पुरुष

ड) उपपदतत्पुरुष

ई) नञतत्पुरुष

अ) व्यधिकरण तत्पुरुष

"ज्या तत्पुरुष समासाच्या विग्रहात त्यातील शब्दास निरनिराळ्या विभक्तींचे प्रत्यय लागतात त्यास व्यधिकरण तत्पुरुष समास असे म्हणतात," अशी मो. के. दामले यांनी व्याख्या केली आहे.

व्यधिकरण तत्पुरुष समासात पहिल्या शब्दाला लागलेल्या विभक्तीचा लोप झालेला असतो. जी विभक्ती लोप पावलेली असते त्या विभक्तीचे नाव त्या समासात देतात.

तृतीया तत्पुरुष

ईश्वरनिर्मित - ईश्वराने निर्मित

भक्तीवश - भक्तीने वश

मातृसदृश - मातेशी सदृश

उदा.- दयार्द्र, कष्टसाध्य, गुणहीन, तोंडपाठ, बुद्धिजड, कपाळकरंटा.

चतुर्थी तत्पुरुष

कृष्णाश्रित - कृष्णास आश्रित

कृष्णार्पण - कृष्णास अर्पण

क्रीडाभुवन - क्रीडेसाठी भुवन

उदा. देशगत, राजाश्रित, पूजाद्रव्य, ब्राह्मणभोजन, गायरान, बाईलवेडा, पोळपाट, मेंढवाडा, डोईजड.

पंचमी तत्पुरुष

चोरभय - चोरापासून भय

ऋणमुक्त - ऋणातून मुक्त

उदा.- स्वर्गपतित, जन्मस्वभाव, गर्भश्रीमंत, लंगोटीयार.

षष्ठी तत्पुरुष

देवालय - देवाचे आलय (घर)

राजमंदिर - राजाचे मंदिर

उदा.- केळफूल, राजवाडा, पिंपळपान, नदीकाठ, मगरमिठी, प्रेमपत्र, आंबराई.

सप्तमी तत्पुरुष

शास्त्रपंडित - शास्त्रात पंडित

कूपमंडूक - कुपातील मंडूक

उदा.- कलाकुशल, स्वर्गवास, युद्धचातुर्य, प्रसंगावधान, रानडुक्कर, घरकोंबडा, घरजावई, वनगाय.

ब) समानाधिकरण तत्पुरुष

ज्या तत्पुरुष समासाच्या विग्रहात दोन्ही शब्दांची एकच म्हणजे प्रथमा

विभक्ती असते त्यास समानाधिकरण तत्पुरुष समास किंवा कर्मधारय समास असे म्हणतात.

या समासात पहिला शब्द विशेषण, संख्यावाचक शब्द, अव्यय असतो त्यावरून एकेक प्रकार समजला जातो. ते प्रकार असे-

विशेषणपूर्वपद : रक्तचंदन, महाराज, पूर्वरात्र, पीतांबर, काळमांजर, सावळाराम, खडीसाखर, दुष्टस्वभाव.

विशेषणोत्तर पद : देशांतर, भाषांतर, पुरुषोत्तम, मुखकमल.

विशेषणोभयपद : श्यामसुंदर, शुक्लकृष्ण, दृष्टादृष्ट, उपजत, शहाणा,

विषयपूर्वपद : देवबुद्धी, धर्मबुद्धी, पुरुषमाणूस

अव्ययपूर्वपद : स्वल्प, दुर्व्यसन, कुपुत्र

संख्यापूर्वपद : ज्या कर्मधारय समासात पहिला शब्द हा संख्यावाचक असतो व त्यामुळे समुदायाचा म्हणजे समाहाराचा अर्थ सुचविला जातो त्यास संख्यापूर्वपद समास किंवा 'द्विगू समास' असे म्हणतात. हा समास बहुधा स्त्रीलिंगी किंवा नपुंसकलिंगी असतो. उदाहरणार्थ-

त्रिभुवन - तीन भुवनांचा समूह

पंचपदी - पाच पदांचा समूह

उदा० - त्रैलोक्य, त्रिगुण, त्रिदल, सप्तरंग, पंचवटी, अष्टाध्यायी, नवरात्र, पंचपाळे, चौमास, चौफळा, अष्टकोन.

क) मध्यमपदलोपी किंवा लुप्तपद

ज्या समासात पहिल्या शब्दाचा दुसऱ्या शब्दाशी असलेला संबंध दाखविणारा शब्द समासात अध्याहृत असतो किंवा लुप्त झालेला असतो त्यास मध्यमपदलोपी समास असे म्हणतात. विग्रह करताना लुप्त शब्दांचा उल्लेख करावा लागतो.

उदाहरणार्थ-

साखरभात - साखर घालून केलेला भात

भोजनभाऊ - भोजनापुरता भाऊ

पुरणपोळी - पुरण घालून केलेली पोळी

उदा० - घोडेस्वार, बालमित्र, जन्मदरिद्री, चुलतभाऊ, नातजावई.

उपमानपूर्वपद - कमलमुख (कमलासारखे मुख)

घनश्याम (घनाप्रमाणे श्याम)

उदा.- चंद्रमुख, मीनाक्षी, कमलनयना, साखरलिंबू, घोडनवरी

उपमानोत्तर पद - मुखकमल (मुख हेच कमल)

नरसिंह (नर सिंहासारखा)

ड) उपपदतत्पुरुष

ज्या समासातील दुसरे पद हे धातुसाधित किंवा कृदन्त असते त्यास उपपदतत्पुरुष समास असे म्हणतात. ही कृदन्ते कधी संस्कृतप्रमाणे तर कधी मराठीप्रमाणे असतात. ती कृदन्ते अशी-कार, स्थ, शायी, ज, ज्ञ, ग, प, द, करी.

उदाहरणार्थ-

ग्रंथकार - ग्रंथ करणारा

गृहस्थ - गृहात स्थायिक झालेला

उदा. कुंभकार, लोहार, देशस्थ, द्विज, पंकज, नृप, खग, मार्गस्थ, भूप, तज्ज्ञ, सूज्ञ, कृतज्ञ, जलद, शेतकरी, कामकरी, लाकूडतोड्या, लाचखाऊ, घरबुडव्या, बाजारबसवी, आगलाव्या, वाढपी, पाणक्या, गळेकापू.

ई) नञ-तत्पुरुष

अभाव किंवा निषेध या अर्थी अ, अन, न ही अव्यये येतात तेव्हा नञ तत्पुरुष समास होतो.

उदा.	अन्याय	(न न्याय)
	अयोग्य	(न योग्य)
	अनादर	(न आदर)
	नास्तिक	(न आस्तिक)

उदा. अब्राह्मण, अनिष्ट, अजाण, अज्ञानी, असमंजस, अपुरा, नक्षत्र, नपुंसक.

द्वंद्व समास

ज्या समासातील दोन्ही किंवा सर्व पदे प्रधान असतात अथवा ज्यामध्ये त्याचा समाहार प्रधान असतो त्यास द्वंद्व समास असे म्हणतात. त्यांचे प्रकार तीन-

१) इतरेतर द्वंद्व, २) समाहार द्वंद्व, ३) वैकल्पिक द्वंद्व. त्यांचे स्वरूप खालीलप्रमाणे-

१) इतरेतर द्वंद्व

ज्या समासातील पदे 'आणि' किंवा 'व' या समुच्चयबोधक उभयान्वयी अव्ययाने जोडलेली असून ज्यात ते अव्यय अध्याहृत असते त्यास इतरेतर द्वंद्व समास असे म्हणतात. उदा.-हरिहर, भीमार्जुन, रामकृष्ण, आईबाप, नवराबायको, सुखदुःख, विटीदांडू

२) समाहार द्वंद्व

ज्या द्वंद्व समासात त्यातील पदाच्या अर्थाशिवाय आणखी तशाच प्रकारच्या

अर्थाचा अंतर्भाव होतो त्यास समाहार द्वंद्व असे म्हणतात.

उदा.- मीठभाकर, भाजीपाला, चहापाणी, वेणीफणी, घरदार, चूकभूल, अन्नपाणी, टिळाटोपी, आचारविचार, खाणाखुणा, घोडाबिडा, कागदबिगद, शेजारीपाजारी.

३) वैकल्पिक द्वंद्व

ज्या द्वंद्व समासातील दोन पदे अर्थदृष्ट्या 'किंवा', 'अथवा' इत्यादी विकल्पबोधक उभयान्वयी अव्ययांनी जोडलेली असतात आणि सामासिक शब्दात लुप्त झालेली असतात त्यास वैकल्पिक द्वंद्व समास म्हणतात.

उदा.- पापपुण्य, न्यायान्याय, सत्यासत्य

४) बहुव्रीही समास

ज्या समासातील कोणतेही पद प्रधान नसून सर्व सामासिक शब्द त्याच्याशी संबंधित अशा एका निराळ्या नामाचे विशेषण असतो त्यास बहुव्रीही समास असे म्हणतात.

बहुव्रीही समासाचे प्रकार

१) समानाधिकरण बहुव्रीही : या समासाच्या विग्रहात दोन्ही पदे एकाच विभक्तीत असतात.

उदा.- जितेंद्रिय, कृतकृत्य

२) व्यधिकरण बहुव्रीही : या समासाच्या विग्रहात पदांची विभक्ती भिन्न भिन्न असते. जी विभक्ती असते त्यावरून त्या प्रकारास नाव दिलेले असते. ते प्रकार असे.

तृतीया बहुव्रीही : जितकाम (जित आहे काम ज्याने)

उदा. जितेंद्रिय, दत्तधन, आहिताग्नी.

चतुर्थी बहुव्रीही : दशानन (दश आहेत आनने ज्याला),

गजानन (गजासारखे आहे मुख ज्याला)

उदा.- पंचमुख, चतुर्मुख, चौकोन

पंचमी बहुव्रीही : निर्धन (निघून गेले आहे धन ज्यापासून)

गलितपर्ण (गलित आहे पर्ण ज्यापासून)

षष्ठी बहुव्रीही : लंबोदर (लंब आहे उदर ज्याचे),

तपोबल (तप आहे बल ज्याचे)

उदा. शूलपाणी, मानधन, चंद्रशेखर, घारडोळ्या, काळतोंड्या, गायमुख्या

सप्तमी बहुव्रीही : नाक (न अक म्हणजे दुःख ज्यास)

३) शब्दजातीच्या स्वरूपावरून बहुव्रीही समासाचे अनेक प्रकार समजले जातात. त्यांतील मुख्य प्रकार पुढीलप्रमाणे-

विशेषणपूर्वपद : नीळकंठ, लंबोदर, आखुडशिंगी

विशेषणोत्तरपद : रक्तप्रिय, पायाशुद्ध

उपमानपूर्वपद : कमलनेत्रा, चंद्रमुखी, शशिवदना

विषयपूर्वपद : यशोधन, तपोबल

मध्यमपदलोपी : मृगनयना, गजगती, सिंहकटी

नञ बहुव्रीही : अनादी, अनंत, अज्ञानी

संख्यापूर्वपद : त्रिनयन, त्र्यंबक, अष्टभुजा

सहबहुव्रीही : सपुत्र, सकर्मक, सहपरिवार, सढळ

समास ही संस्कृत भाषेतील महत्त्वाची शब्दप्रवृत्ती आहे. मराठीतील बरेचसे समास हे संस्कृतमधूनच जसेच्या तसे म्हणजे तत्सम स्वरूपात आले आहेत, तर काही तद्भव स्वरूपात (विकृत होऊन) आले आहेत. जसे राजगृह (संस्कृत), राजघर (मराठी), संस्कृतच्या अनुकरणाने मराठीने स्वत:चेही सामासिक शब्द बनविले.

❑

स्वनविचार

भाषा ध्वन्यात्मक असते. प्रत्येक भाषा ध्वनींची बनलेली असते. मुखावाटे आपण अनेक प्रकारचे ध्वनी काढत असलो तरी त्यातील विशिष्ट ध्वनींचाच भाषेत वापर करीत असतो. अशा ध्वनींनाच 'स्वन' ही नवी संज्ञा वापरली आहे. स्वनाची व्याख्या खालीलप्रमाणे केली आहे-

''स्वन म्हणजे भाषेत उपयोगात आणलेला ध्वनी''

- श्री. न. गजेंद्रगडकर

''मानवी मुखावाटे बाहेर बाहेर पडणाऱ्या या ध्वनींना स्वन असे म्हणतात, स्वन भाषेचे माध्यम आहे, भाषा स्वनरुप असते.''

- डॉ. द. दि. पुंडे

याचा अर्थ स्वनविचार हा ध्वनिविचारच आहे पण स्वनविचार ही ध्वनिविचाराची पुढची पायरी आहे. मौखिक स्वरुपात बोलल्या जाणाऱ्या भाषेतील ध्वनींचा विचार स्वनविचारात केला जातो. हा विचार शास्त्रीय पद्धतीने केला जात असल्याने स्वनविचारास 'स्वनविज्ञान' असेही म्हटले जाते. स्वनविज्ञान हे स्वनांचा अभ्यास करणारे शास्त्र होय. विशिष्ट स्वनांची निर्मिती कशी होते, त्या स्वनाची हवेत प्रसृती कशी होते आणि श्रोत्याकडून त्या स्वनाचे ग्रहण करताना स्वीकृती कशी होते याचा विचार स्वनविज्ञान करते. परंतु स्वनप्रसृती व स्वनस्वीकृती या क्रिया भौतिक असल्याने, त्याचा विचार भौतिकशास्त्राशी जवळचा असल्याने भाषाशास्त्र त्यांचा फारसा विचार करीत नाही. भाषाशास्त्राच्या दृष्टीने स्वननिर्मिती हीच महत्त्वाची.

भाषाशास्त्रात अलिकडे संरचनात्मक किंवा वर्णनात्मक भाषाशास्त्राला अधिक महत्त्व आले आहे. स्वनविज्ञान संरचनात्मक भाषाशास्त्राचा एक भाग आहे.

स्वनविज्ञान जगातील सर्व भाषांचा अभ्यास करून स्वन ठरविते. त्यामुळे स्वनविज्ञान भाषानिरपेक्ष असते. कोणत्याही एका विशिष्ट भाषेचाच विचार न करता सर्व भाषांचा अभ्यास करून स्वनविज्ञान स्वनव्यवस्था निश्चित करते.

स्वनविज्ञानाच्या तीन शाखा

स्वनविज्ञानाच्या तीन शाखा आहेत. स्वन हा उच्चारला जातो, उच्चारलेला स्वन वातावरणात प्रसृत होतो. आणि वातावरणात प्रसृत झालेला स्वन श्रोत्याकडून श्रवण केला जातो. या तीन क्रियांच्या आधारे स्वनविज्ञान स्वनांचा विचार करते. त्या आधारे खालील तीन शाखा स्वनविज्ञानाने मानल्या आहेत.

१) उच्चारणकेंद्री स्वनविज्ञान- यामध्ये स्वनांची निर्मिती कशी होते, निर्मितीचे उच्चारस्थान कोणते, उच्चारक्रिया कोणत्या पद्धतीने होते याचा विचार केला जातो. डॉ. पुंडे यांनी म्हटल्याप्रमाणे, ''वागिंद्रियाच्या द्वारे स्वन उच्चारला जात असताना जी प्रक्रिया घडते, तिच्या अभ्यासाला उच्चारणकेंद्री स्वनविज्ञान किंवा औच्चारिक स्वनविज्ञान म्हणतात.'' या आधारे स्वनांचे स्वरुप, त्यांच्यातील साम्यभेद आणि स्वनांचे वर्गीकरण केले जाते.

२) संचारकेंद्री स्वनविज्ञान- मुखावाटे उच्चारलेले स्वन (ध्वनी) वातावरणात पसरतात. स्वनलहरींचे कंपन होते, स्वनांचा हवेत संचार होतो. हवेत निर्माण झालेल्या स्वनलहरींच्या अभ्यासाला संचारणकेंद्री स्वनविज्ञान म्हणतात. परंतु हा अभ्यास पदार्थविज्ञान, गणित यांच्या कक्षेत येत असल्याने त्याचा विचार भाषाशास्त्रात फारसा करण्याचे कारण नाही.

३) श्रवणकेंद्री स्वनविज्ञान- वातावरणात कंप पावलेले ध्वनी श्रोत्याकडून ऐकले जातात, त्या प्रक्रियेचा विचार यात केला जातो. परंतु हा विचारही शरीरशास्त्रात येत असल्याने भाषाशास्त्रात महत्त्वाचा ठरत नाही.

स्वनविज्ञानात उच्चारणकेंद्री स्वनविचार हाच महत्त्वाचा ठरतो, कारण त्याचा भाषाशास्त्राशी संबंध आहे. पारंपरिक ध्वनिविचारातही या उच्चारप्रक्रियेलाच महत्त्व दिलेले आढळते. कारण ध्वनींची म्हणजे स्वनांची वैशिष्ट्ये उच्चारावरुनच ठरविता येतात.

स्वनिमविचार

एखाद्या विशिष्ट भाषेतील स्वन म्हणजे स्वनिम. क, ट, प सारखे ध्वनी जगातील सर्व भाषांमध्ये आढळत असल्याने ते स्वन होत; परंतु मराठी भाषेतही ते आढळत असल्याने ते मराठीचे स्वनिम होत. डॉ. गं. ना. जोगळेकर यांनी म्हटले आहे, ''स्वनविज्ञानाचे क्षेत्र भाषानिरपेक्षतेमुळे व्यापक असते तर

स्वनिमविन्यासाचे भाषासापेक्षतेमुळे मर्यादित असते'' म्हणूनच डॉ. जोगळेकरांनी म्हटले आहे, ''वस्तुत: 'मराठीचा स्वनिमविन्यास' 'तमिळचा स्वनिमविन्यास' अशी भाषासाक्षेप शब्दयोजनाच करायला पाहिजे.'' प्रत्येक व्यक्तीची, समाजगटाची भाषा वेगवेगळी असली तरी त्या सर्वांना समानभूत अशी उच्चार व्यवस्था असते. विशिष्ट भाषा बोलणाऱ्यांचा सामान्य वर्ग कल्पूनच स्वनिमविचार मांडला जातो. याचा अर्थ मराठी, गुजराथी, हिंदी, कन्नड अशा एखाद्या विशिष्ट भाषेतील स्वनांचा विचार म्हणजे स्वनिमविचार होय.

स्वनिमाची व्याख्या

एखाद्या विशिष्ट भाषेतील स्वन म्हणजे स्वनिम. दोन स्वनांचे उच्चारस्थान, उच्चारपद्धती एकच असली तरी एखादे असे लक्षण असते की ज्यामुळे त्या दोन स्वनांमध्ये इतका फरक पडतो की शब्दांचे अर्थ बदलतात. उदाहरणार्थ- पळ, बळ या शब्दांमध्ये 'प' आणि 'ब' दोन्ही स्वन (ध्वनी) ओष्ठ्य आहेत. पण 'प' च्या ठिकाणी 'ब' किंवा 'ब' च्या ठिकाणी 'प' स्वन चालत नाही. म्हणून 'प' आणि 'ब' हे स्वतंत्र व भिन्न स्वन आहेत. म्हणून श्री. न. गजेंद्रगडकर यांनी स्वनिमाची व्याख्या करताना म्हटले आहे, ''ज्या विशेषक लक्षणामुळे दोन शब्द भाषेत अलग समजले जातात त्यांना स्वनिम म्हणतात.'' तसेच ''भाषेच्या स्वनिमपद्धतीतील एकमेकांशी वैधर्म्याने राहणारे घटक म्हणजे स्वनिम... विशेष लक्षणयुक्त स्वन म्हणजे स्वनिम.'' तर डॉ. द. दि. पुंडे यांनी म्हटले आहे, ''ज्यांच्यामध्ये स्वनिक साम्य आहे, ज्यांच्यातील आजुबाजूच्या परिस्थितीमुळे होणारे फरक, होणारी परिवर्तने अंदाजक्षम आहे, अशा ध्वनींच्या समूहास स्वनिम म्हणतात, आणि या समूहात समाविष्ट असणाऱ्या ध्वनींना स्वनांतरे म्हणतात.''

याचा अर्थ असा की एखादी विशिष्ट भाषा ज्या एका विशिष्ट ध्वनीचा भाषाभिव्यक्तीसाठी उपयोग करते तो ध्वनी म्हणजे स्वनिम होय. परंतु हा विशिष्ट ध्वनी प्रत्येक वेळी व प्रत्येक ठिकाणी विशिष्ट प्रकारेच उच्चारला जातो असे नाही. प्रत्यक्ष बोलताना तो विशिष्ट ध्वनी निरनिराळ्या प्रकारे उच्चारला जातो, त्यामुळे एकाच ध्वनीची अनेक रूपे तयार होतात. अशा अनेक रुपांना स्वनांतर म्हणतात. एखाद्या विशिष्ट ध्वनीची अशी अनेक रूपे होत असली तरी त्या सर्व स्वनांतरांचा प्रतिनिधी म्हणून तो एकच ध्वनी मानला जातो. त्यालाच स्वनिम असे म्हटले जाते. स्वनिमविचाराने ध्वनीची ही केलेली व्यवस्था नवीन आहे. या स्वनिमाचे स्वरुप खालील उदाहरणावरुन स्पष्ट होईल-

ग (स्वनिम) —
- बाग - ग^{१} (स्फोटहीन ध्वनी)
- जागी - ग^{२} (पुढच्या बाजूने उच्चार)
- गुलाम - ग^{३} (मागच्या बाजूने उच्चार)
- नागपूर - ग^{४} (घोष असूनही अघोष)
- गती - ग^{५} (सघोष मृदुतालव्य स्पर्श व्यंजन)

वरील शब्दांमध्ये 'ग' हा ध्वनी वेगवेगळ्या ठिकाणी आला आहे. तसाच तो वेगवेगळ्या ध्वनींच्या सहवासात आला आहे. त्यामुळे प्रत्येक शब्दातील 'ग' चे उच्चारण वेगळे जाणवते. या ठिकाणी ग^{१}, ग^{२}, ग^{३}, ग^{४}, ग^{५} ही 'ग' या ध्वनींची स्वनांतरे असून 'ग' हा स्वनिम आहे. डॉ. पुंडे यांनी या संदर्भात केलेले विवेचन लक्षणीय आहे.

या संदर्भात डॉ. जोगळेकर यांनी म्हटले आहे की "कोणत्याही स्वन विशिष्ट भाषेत, उपयोगात येतो तेव्हा तो कोणत्या ना कोणत्या परिसरात असतो. त्याच्या आधीच्या किंवा नंतरच्या उच्चारणाचा परिणाम त्यावर होत असतो. लेखनाच्या मर्यादेमुळे असा 'स्वन' सर्वत्र सारखा 'दिसत' असला तरी तो तंतोतंत सारखा 'असत' नाही... लेखनदृष्ट्या प्रत्येक गटातील स्वन सारखे दिसत असले तरी वस्तुत: त्यांचे उच्चारण वेगवेगळे आहे हे आपल्या कानांना जाणवते."

स्वनिमाच्या या स्वरुपावरुन डॉ. पुंडे यांनी केलेली व्याख्या अर्थपूर्ण आहे. त्यांनी म्हटले आहे, "ज्यांच्यामध्ये स्वनिक साम्य आहे, ज्यांच्यातील आजूबाजूच्या परिस्थितीमुळे होणारा फरक, होणारे परिवर्तन अंदाजक्षम आहे, अशा ध्वनींच्या समूहास स्वनिम म्हणतात आणि या समूहात समाविष्ट असणाऱ्या ध्वनींना स्वनांतरे म्हणतात." म्हणजे वरील उदाहरणात 'ग' च्या उच्चारणाची पाच रूपे आढळत असली तरी सर्व प्रकारच्या 'ग' ध्वनींचे उच्चारस्थान, उच्चारप्रक्रिया एकच असल्याने, त्यांच्यात स्वनिक साम्य असल्याने 'ग' हा स्वनिम समजला जातो.

स्वनिमाचे स्वरूप

स्वनिमाची कल्पना वरील चर्चेतून स्पष्ट व्हायला हरकत नाही. त्या आधारे आपणास स्वनिमाची खालील वैशिष्ट्ये दिसून येतात आणि स्वनिमाचे स्वरुप अधिक स्पष्ट होते. ती वैशिष्ट्ये खालीलप्रमाणे-

१) स्वनिम ही एक कल्पना आहे. स्वनिम काल्पनिक असतो तर स्वनांतरे ही स्वनिम कल्पनेची प्रात्यक्षिके असतात.

२) भाषेत स्वनिम वापरला जात नाही तर स्वनांतरच वापरले जाते. स्वनिम हा स्वनांतरांचा प्रातिनिधिक ध्वनी असतो.

३) स्वनिमाचा भाषेत वापर होताच त्याचे स्वनांतरात रूपांतर होते. स्वनिम ही एक आदर्श कल्पना असून स्वनांतर हे त्याचे प्रात्यक्षिक आहे.

४) स्वनिम व स्वनांतराचा विचार भाषा साक्षेप असतो म्हणजे त्यांचा विचार कोणत्या तरी एका विशिष्ट भाषेच्या संदर्भातच करावा लागतो.
उदा. मराठीतील स्वनिम, कन्नडमधील स्वनिम.

५) उच्चारदृष्ट्या साधर्म्य असलेल्या स्वनांचा गट करून स्वनिमाचा शोध घेतला जातो तर वैधर्म्य असणाऱ्या भिन्न स्वनिमांच्या आधारे स्वनिमव्यवस्था मांडली जाते.

६) स्वनिमविचार नेहमी मौखिक भाषेच्या, बोलल्या जाणाऱ्या भाषेच्या संदर्भातच केला जातो. लिखीत भाषेच्या संदर्भात केला जात नाही.

७) सर्व भाषांमध्ये काही समान स्वन असले तरी प्रत्येक भाषेची स्वनिम व्यवस्था वेगळी असते.

८) स्वनिम हा त्या भाषेतील लघुत्तम अखंड घटक असतो. त्याचे आणखी विभाजन होत नाही. म्हणजे 'अमित' या शब्दात अ + म् + इ + त् असे चार स्वनिम असल्याने विभाजन केले जाते पण अ, म, इ, त् या स्वनिमांचे आणखी विभाजन करता येत नाही.

९) स्वनिमविचारामुळे एखाद्या भाषेची लिपी तयार करता येते.

१०) साधर्म्य व वैधर्म्य या आधारे स्वनिमव्यवस्था निश्चित केली जाते.

११) विशिष्ट भाषेत ध्वनींचा विनियोग कसा केला जातो याला स्वनिमविचारात महत्त्व असते.

ध्वनींचा विनियोग

एखादा ध्वनी त्या विशिष्ट भाषेतील स्वनिम आहे कां नाही, असेल तर त्याचे स्वरुप व वैशिष्ट्य (किंवा लक्षण) काय हे पाहण्यासाठी त्या ध्वनीचा त्या भाषेत वापर कसा होतो, तो कोणते कार्य करतो, त्याचा विनियोग कसा केला जातो, याचा विचार केला जातो.

कोणत्याही भाषेत स्वनिमांचा विनियोग तीन प्रकारांनी होत असतो. ते प्रकार असे-

१) वैधर्म्ययुक्त विनियोग-

एखाद्या भाषेत किती स्वनिम आहेत आणि ते एकमेकांपासून कसे वेगळे आहेत हे या प्रकारच्या वितरणामुळे समजते. दोन स्वनिमांतील भिन्नता ठरवायची

असेल तर त्यांच्या उच्चारणांमध्ये कोणत्या ना कोणत्या प्रकारचे भिन्नत्व पाहिजे. त्याच्या विनियोगामध्ये अद्वितीयत्व पाहिजे. उदा. 'क' आणि 'ग' ही दोन्ही स्पर्श व्यंजने, अल्पप्राण असून उच्चारणस्थान मृदुतालु आहे. मात्र 'क' चे उच्चारण अघोष (कंपनविरहित) तर 'ग' चे उच्चारण घोष (कंपनयुक्त) आहे. या वैधर्म्यामुळे ते दोन भिन्न व स्वतंत्र ध्वनी ठरतात. अशाप्रकारे क, च, त, ट, प यांच्यातील स्वनिकदृष्ट्या वेगळेपण दाखविले जाते. दोन स्वनांमुळे दोन शब्द अर्थदृष्ट्या वेगळे ठरतात. वैधर्म्ययुक्त विनियोगामुळे असे स्वन स्वनिम ठरतात.

२) पूरक विनियोग

जेव्हा दोन स्वनांमध्ये स्वनिम साधर्म्य असते आणि ते एकमेकांच्या परिसरात येत नाहीत तेव्हा त्या स्वनांचा एकमेकांशी पूरक विनियोग असतो. पूरक विनियोगामुळे भाषेतील स्वनांतरे ओळखता येतात. बाग, गुलाम या शब्दांतील 'ग' ह्या स्वनांचे एकमेकांशी उच्चार साधर्म्य आहे. परंतु तरीही उच्चारदृष्ट्या त्यांच्यात सूक्ष्म भेद आहे त्यामुळे ते एकमेकांच्या परिसरात येऊ शकत नाहीत. 'ग' या स्वनांची ती स्वनांतरे आहेत. स्वनांतरे ही स्वनिमाची स्थितीय परिवर्तने असल्याने ती आपसात जागा बदलू शकत नाहीत. त्यामुळे त्यांचा विनियोग हा पूरक विनियोग ठरतो.

३) स्वच्छंद किंवा मुक्त विनियोग

स्वनिकदृष्ट्या निराळे असलेले दोन स्वन एकाच ध्वनिपरिसरात येतात आणि तरीही त्यांच्यामुळे दोन शब्द अर्थदृष्ट्या वेगळे ठरत नाहीत, असा जेव्हा स्वनांचा विनियोग होतो तेव्हा त्यास स्वच्छंद किंवा मुक्त विनियोग म्हणतात. अशावेळी ते दोन स्वन एकमेकांजवळ येतात. म्हणून त्यास मुक्त परिवर्तन असेही म्हटले जाते. हे स्वच्छंद किंवा मुक्त परिवर्तन दोन स्वनिमांमध्ये होऊ शकते त्याप्रमाणे दोन स्वनांतरांमध्येही होऊ शकते. उदा.

सिताफळ- शिताफळ, असं-आसं, आमचे-अमचे, आता-अता

मराठीतील स्वनिम

स्वनिमाचे वर जे स्वरूप व लक्षणे स्पष्ट केली आहेत त्या आधारे मराठीत खालीलप्रकारे स्वनिम मानली आहेत.

स्वर स्वनिक-

इ, ए, अॅ, आ, अ, ऑ, ओ, उ = आठ स्वनिम (ई, ऊ, ऋ, लृ,

ऐ, औ हे स्वनिम मानले नाहीत)

व्यंजन स्वनिम-

आधुनिक व्याकरणकारांनी स्वनिमविज्ञानाच्या आधारे मराठीत ४५ व्यंजन स्वनिम मानले आहेत. त्यात पारंपरिक व्यंजनव्यवस्थेतील ड., ञ, ष हे ध्वनी स्वनिम मानले नाहीत. तर ऱ्ह, ल्ह, व्ह, म्ह, न्ह, ण्ह या महाप्राणयुक्त स्वनांचा मराठीत स्वनिम म्हणून स्वीकार केला आहे. इतर व्यंजन स्वनिम पुढीलप्रमाणे.

क, ख, ग, घ

च, छ, ज, झ, (तालव्य)

च, छ, ज, झ, (दंत्य)

त, थ, द, ध, न

ट, ठ, ड, ढ, ण,

प, फ, ब, भ, म

य, र, ल, व,

स, श, हे, ह[२], ळ

ऱ्ह, व्ह, म्ह, न्ह, ण्ह.

ष, ळह, ड्. हे स्वनिम वादग्रस्त असल्याने ४२ व्यंजनस्वनिम मानले जातात.

स्वनांतर

स्वन आणि स्वनिम यांचे विवेचन करताना स्वनांतराचा विचार स्पष्ट झाला आहेच, येथे त्याचा थोडक्यात परामर्श घ्यायचा आहे.

एखाद्या विशिष्ट भाषेत प्रत्यक्ष जे ध्वनी वापरले जातात त्यास स्वनिम म्हणतात. पण प्रत्यक्ष शब्दांमध्ये त्यांचा वापर होतो तेव्हा त्यांच्यावर मागील किंवा पुढील स्वनिमाचा परिणाम झाल्याने एकाच स्वनिमाचा उच्चार वेगवेगळ्या पद्धतीने होतो. त्यामुळे एकाच स्वनिमाची ही जी वेगवेगळी रुपे त्यांना स्वनांतर असे म्हणतात. या प्रकरणात मागे स्पष्ट केल्याप्रमाणे बाग, गुलाम, जागी, नागपूर, गती या शब्दांतील प्रत्येक 'ग' या स्वनाचा उच्चार वेगवेगळ्या पद्धतीने होतो त्यामुळे या शब्दांतील 'ग' हे 'ग' या स्वनिमाची स्वनांतरे समजली जातात. स्वनांतराची अशी वेगवेगळी रूपे असली तरी त्यांचा प्रातिनिधिक म्हणून 'ग' हा स्वनिम वापरला जातो.

दोन किंवा अधिक स्वनांतरे एकाच स्वनिमाची स्वनांतरे आहेत की नाहीत हे पाहण्यासाठी दोन कसोट्या वापरल्या जातात असे डॉ. पुंडे यांनी

म्हटले आहे. त्यांच्या मते- १) त्या स्वनांतरांमध्ये स्वनिक साधर्म्य पाहिजे २) त्यांच्यामधील विनियोग पूरक असला पाहिजे.

स्वनांतर हे स्वन असतात पण प्रत्येक स्वन स्वनांतर असेलच असे नाही. स्वन हे भाषानिरपेक्ष असतात तर स्वनांतर हे भाषासाक्षेप असतात.

❑

पदविचार

शब्द संज्ञेचे बदलते रूप

भाषा म्हणजे विविध प्रकारच्या वाक्यरचना आणि ही शब्दांनी बनलेली असते. 'रामाने रावणाला मारले' हे वाक्य तीन शब्दांनी बनले आहे असे सामान्यत: आपण समजतो. राम, रावण, मार यांना आपण शब्द म्हणतो आणि रामाने, रावणाला, मारले या त्यांच्या रूपांनाही शब्द म्हणतो. व्यवहारात 'शब्द' हा असा मुक्तपणे वापरला जातो.

वास्तविक पाहता राम, रावण, पुस्तक, पक्षी या मूळ रुपांना शब्द म्हणतात तर रामाने, रावणाला, पुस्तकात, पक्षाचा या रुपांना 'पद' म्हणतात. शब्द हे जेव्हा वाक्यात वापरले जातात तेव्हा त्यांना पदत्व प्राप्त होते. 'शब्द' आणि 'पद' यामध्ये हा फरक आहे. आतापर्यंत 'शब्द' आणि 'पद' याचा असाच अर्थ घेतला जाई.

परंतु आधुनिक भाषाशास्त्राला या संज्ञा मान्य नाहीत. त्याने 'शब्द' आणि 'पद' यांच्या संज्ञा बदलल्या आहेत. त्या आधुनिक भाषाशास्त्रज्ञांच्या मते 'राम' पद आहे, 'रामाने' पदिम आहे आणि 'राम + ने' अशा दोन पदिमांनी 'रामाने' हा शब्द बनला आहे. असा एक नवा विचार आज या संदर्भात मांडला जातो.

पद व पदिम

विशिष्ट अनुक्रमाने ध्वनिसमूह तयार केला जातो आणि त्या ध्वनिसमूहाला कोणता तरी विशिष्ट अर्थ प्राप्त करून दिला जातो. असा आशययुक्त किंवा सार्थ ध्वनिसमूह म्हणजेच पद होय. अशा पदाला अभिव्यक्ती व आशय अशी दोन रूपे असतात. अशा पदांना एकत्रित आणून वाक्यरचना केली जाते. म्हणजे पद हा वाक्याचा एक घटक असतो. पदाचे हे स्वरूप पाहून पदाची व्याख्या करताना श्री. न. गजेंद्रगडकर यांनी म्हटले आहे,

"लघुतम सार्थ घटक अशी पदिमाची सर्वसामान्य व्याख्या आहे. 'भाषेच्या उच्चारणातील लघुत्तम व्यक्तिशः सार्थ घटक अशी व्याख्या हॉकेट या भाषाशास्त्रज्ञाने केली आहे. व्यक्तिशः शब्द घालण्याचे कारण असे की पदिमाला खास स्वतःचा अर्थ असला पाहिजे... ब्लूम फील्डची खालील व्याख्या उपयोगी पडू शकते. "भाषेतील दुसऱ्या कोणत्याही शब्दाशी अंशतः स्वनिमिकअर्थात्मक साधर्म्य नसणारा लघुत्तम घटक म्हणजे पदिम." श्री. गजेंद्रगडकरांनी पदालाच पदिम म्हटले आहे असे वाटते. डॉ. पुंडे यांनी मात्र पद आणि पदिम यांच्यात किंचित भेद मानला आहे. त्यांनी या संदर्भात विवेचन करताना म्हटले आहे की, "भाषेमध्ये ध्वनींच्या ज्या अनेकविध अर्थधारक रचना आढळतात, त्यापैकी काही रचनांचे आपण विघटन करू शकतो. म्हणजे त्यांचे घटक वेगळे काढू शकतो. असे विघटन करता करता आपण अशा एका अवस्थेला येऊन पोहोचतो की त्यापुढे त्या घटकांचे आणखी विघटन होऊ शकत नाही. अशी जी विघटन होऊ न शकणारी, ध्वनींची सर्वात लहान अशी अर्थधारक रचना तिला पदे असे म्हणतात... पद हे व्याकरणाचा मूलभूत घटक होय. पद हे वाक्यात कधी स्वतंत्रपणे येऊ शकते, कधी इतर पदांच्या साह्याने येते. स्वतंत्रपणे येऊ शकणारे केवल पद अथवा इतर पदांच्या संयोगाने बनणारे पदांचे वाक्यातील प्रयोगक्षम रूप म्हणजे शब्द होय... शब्दाचे विघटन पदामध्ये होऊ शकते. पदे, त्यांचे प्रकार, त्यांच्यापासून होणारी शब्दनिर्मिती इत्यादींचा विचार व्याकरणाच्या ज्या विभागात होतो त्याला आधुनिक भाषाशास्त्रामध्ये पदविन्यास असे म्हणतात. पद, पदिम आणि पदान्तर ही पदविन्यासातील त्रयी होय. पद म्हणजे ध्वनींची सर्वात लहान अशी अर्थवाहक रचना होय. पदिम म्हणजे समान अर्थ असणाऱ्या व परस्परांशी पूरक विनियोगाने अथवा मुक्त पर्यायाने राहणाऱ्या व्याकरणिक समानता असणाऱ्या पदसमूहाचा प्रतिनिधी. कोणताही पदिम भाषिक व्यवहारात ज्या रूपात आविष्कृत होतो, त्या आविष्कृत रूपाला त्या पदिमाचे पदान्तर असे म्हणतात."

पदिमाची समान अर्थाची जी अनेक अनेक रूपे आढळतात त्यांना पदान्तर म्हणतात. उदाहरणार्थ, इंग्रजीमध्ये कॅटस, डॉग्ज, रोजिस अशी अनेकवचनी रूपे आढळतात. त्या अनेकवचनांचे 'स, ज, इस' हे प्रत्यय आहेत. हे प्रत्यय भिन्न असले तरी त्यांचा अर्थ एकच (अनेकवचनी) आहे. म्हणून अनेकवचनी पदाची ती पदान्तरे आहेत. मराठीतील उदाहरण पाहा-

रामानी काम केलं.

रामानं काम केलं.

मी हे काम करेन.

मी हे काम करीन.

या वाक्यात रामनी, रामानं आणि करेन, करीन यांचे अर्थ समान असल्याने नी, नं तसेच एन, इन ही रूपे पदान्तरे आहेत. पदांचे असे जे समूह कार्याच्या दृष्टीने आपण मानतो त्यांना पदिम असे म्हणतात. पदिमांमध्ये समाविष्ट होणाऱ्या पदांना त्या पदिमाचे पदान्तर असे म्हणतात. पदांचे पदिमांमध्ये वर्गीकरण करताना पुढील गोष्टींचा विचार केला जातो असे डॉ. पुंडे यांचे मत आहे.

१) ती पदे अर्थदृष्ट्या समान असावीत.

२) ती पदे रूपदृष्ट्या समान असलीच पाहिजेत असे नाही.

३) त्या पदांच्यामध्ये पूरक विनिमय अथवा मुक्त परिवर्तन असायला पाहिजे.

४) ती पदे व्याकरणिक संरचनेच्या दृष्टीने समान असायला हवीत. अशाप्रकारे कोणत्याही उच्चारणाचे विभाजन करून त्याचे सार्थ लघुत्तम घटक आपल्याला मिळतात ती पदे होत. अशा ज्यावेळी पदिमांमध्ये वर्गीकरण केले जाते त्या वेळी त्या पदांना त्या विशिष्ट पदिमांची पदान्तरे म्हणतात. पदे आणि पदान्तरे यात तसा काही फरक नाही. दोन्हीही प्रत्यक्ष उच्चारणाचे सार्थ लघुत्तम घटक आहेत. पद हे पदिमनिरपेक्ष असते तर पदान्तर पदिमसापेक्ष असते म्हणजे पदान्तराबद्दल बोलताना हे अमुक पदिमाचे पदान्तर असे सांगावे लागते.

पदिम म्हणजे पदान्तराच्या समूहाचा प्रतिनिधी. पदान्तर हे भाषेतील प्रत्यक्ष घटना होय. तशी पदिम ही प्रत्यक्ष घटना नसून भाषेच्या संरचनेचा लघुतम घटक होय. पदान्तराचा अनुभव घेता येतो पण पदिमाचा अनुभव घेता येत नाही. पदिमाची अभिव्यक्ती पदान्तराच्या रूपाने होते. एखाद्या पदिमाला एकच पदान्तर असते तर काही वेळा अनेक पदान्तरे असतात. उदाः- 'कवी' या पदिमाला एकच पदान्तर आहे तर 'सून' या पदिमाला सून/ सुने/ सुन अशी पदान्तरे आहेत.

पदान्तरांचे प्रकार

१) स्वनिमाश्रयी पदान्तर

इंग्लीशमध्ये अनेकवचनासाठी 'स, ज, इज' या पदान्तरात हा प्रकार दिसून येतो. 'स' हे पद अघोष वर्णानंतर येते. उदाः कॅट-कॅट्स. 'इज' हे पद स्पर्शसंघर्षी आणि घर्षक वर्णानंतर येते. उदा. रोज-रोजिस आणि 'ज' हे पद सघोष वर्णानंतर येते. उदाः डॉग-डाग्ज. याचा अर्थ स, ज, इज ही पदे अगोदरच्या पदातील शेवटच्या स्वनिमांवर अवलंबून आहेत. म्हणून त्यांना स्वनिमाश्रयी पदान्तर असे म्हणतात.

२) पदिमाश्रयी पदान्तरे

ही पदान्तरे अगोदरच्या पदाच्या शेवटी येणाऱ्या स्वनिमावर अवलंबून नसून त्या विशिष्ट पदिमावरच अवलंबून असतात. म्हणून त्यांना पदिमाश्रयी पदान्तरे

म्हणतात. उदा: मराठीतील असत्य, अन्याय, अनोळखी, अनमान या शब्दांतील 'अ' आणि 'अन्' हे पदिम स्वनिमावर अवलंबून नसून सत्य, न्याय, ओळखी, मान या पदिमांवर अवलंबून आहेत. 'हो' धातूचे 'झा' हे रूप आणि 'जा' धातूचे 'गे' हे रूप पदिमाश्रित पदान्तराची उदाहरणे आहेत.

३) शून्य पदान्तर

वाक्यामध्ये काहीवेळा कर्तृस्थानी किंवा कर्मस्थानी येणारी पदे प्रत्ययविरहित असतात अशावेळी त्या पदिमाला पदान्तर मानावे काय असा एक प्रश्न उपस्थित होतो विशेषत: प्रथम अथवा द्वितीय पुरुषी कर्त्याच्या बाबतीत हे आढळते उदा:-

मी अभ्यास केला.

तू भाजी आणलीस.

येथे कर्त्यांना लागणारा तृतीयेचा 'ने' प्रत्यय लागला नाही. परंतु अर्थ मात्र तसा आहे. म्हणून येथे 'शून्य' प्रत्यय मानून 'ने, नी' या पदिमांचे ते पदान्तर मानणे योग्य ठरेल.

'दासी' या पदिमाचे अनेकवचन 'दासी' च होते. म्हणजे येथे अनेकवचनाचा 'शून्य' प्रत्यय आहे. अनेकवचनी 'दासी' पदिम, एकवचनी 'दासी' पदिमाचे पदान्तर मानावे लागेल.

पदिमांचे प्रकार

१) आशयबोधक पदिम

काही पदिमांना स्वत:चा अर्थ असतो. पदिम जेव्हा व्यवहारातील मूर्त किंवा अमूर्त वस्तूचे सूचक असतो तेव्हा त्याला स्वत:चा एक अर्थ असतो. उदा. गाय, घोडा, पर्वत, पुस्तक. हे पदिम कोणतातरी आशय व्यक्त करतात म्हणून या पदिमांना आशयबोधक पदिम असे म्हणतात.

२) कार्यकर पदिम

काही पदिमांना मात्र आशयबोधक पदिमांप्रमाणे स्वत:चा अर्थ नसतो (अर्थात ती अर्थशून्य असतात असे नाही) मात्र वाक्यातील पदिमांना विशिष्ट अर्थाने जोडण्याचे ते कार्य करतात, त्यांच्यातील संबंध स्पष्ट करतात. अशा पदिमांना कार्यकर पदिम असे म्हणतात.

चा, ला, ने, त हे प्रत्यय या प्रकारचे आहे. या प्रत्ययांमुळे कोणताही अर्थ स्पष्ट होत नसला तरी मूळ शब्दांना जोडून येतात तेव्हा अर्थपूर्ण रचना होत असते. नाम, सर्वनाम यांना लागणारे विभक्तिप्रत्यय आणि धातूंना लागणारे आख्यात प्रत्यय (काळ व अर्थ यांचे प्रत्यय) ही सर्व कार्यकर पदिमांची उदाहरणे होत.

३) मुक्त पदिम

भाषेतील काही पदिम स्वतंत्र असतात त्यांना स्वतंत्र किंवा मुक्त पदिम म्हणतात. मी, पुस्तक आणि, वर हे पदिम अर्थपूर्ण असून ते वाक्यात स्वतंत्रपणे किंवा प्रत्यय लागून होणाऱ्या पदान्तराच्या स्वरूपात येतात. मुक्त पदिमांची पदान्तरे होऊ शकतात.

४) बद्ध पदिम

भाषेतील काही पदिम स्वतंत्रपणे येऊ शकत नाहीत. त्यांचा उपयोग इतर पदिमांच्या आश्रयाने होतो. अशा पदिमांना पराश्रयी किंवा बद्ध पदिम म्हणतात. उदा. ईल, णार, साठी, प्रमाणे, अ, अन्, यथा, प्रति हे प्रत्यय जाईल, जाणार, जाण्यासाठी, राजाप्रमाणे, अन्याय, अनोळखी, यथाशक्ती, प्रतिदिन या प्रमाणे वापरले जातात. मुक्त पदिमांना अगोदर लागणारे पूर्वप्रत्यय किंवा नंतर लागणारे उत्तर प्रत्यय, विभक्ती आणि आख्यात प्रत्यय ही बद्ध पदिमांची उदाहरणे होत.

रुपिका-रुपिम विचार

पद, पदिम आणि पदान्तर या संज्ञांसाठी काही अभ्यासकांनी रूप, रूपिम, रूपिकान्तर या संज्ञा वापरल्या आहेत. पदिमविचार आणि रूपिमविचार एकसारखाच आहे. त्यात कोणत्याही प्रकारचा फरक नाही. म्हणून संक्षेपानेच त्यांचा परामर्श घेणे उचित ठरेल. त्या संज्ञांचे अर्थ सौ. मीना जोशी यांनी खालीलप्रमाणे दिले आहेत-

रूपिका – अविभाज्य असे सर्वात लहान सार्थ उच्चारणरूप. मी, पुस्तक, वसंत ही पदे रुपिका होत. भाषेतील काही रुपिका स्वतंत्र व मुक्त असतात तर काही पराश्रित व बद्ध असतात म्हणून रुपिकांचे मुक्त रुपिका आणि बद्ध रुपिका असे दोन प्रकार मानले जातात.

रूपिम - वैधर्म्ययुक्त विनियोगामुळे ज्या दोन रूपिका भिन्न ठरविल्या जातात त्यांना रूपिम असे म्हणतात. माणूस, लेखक, पुस्तक, वर, खाली ही रूपिमाची उदाहरणे होत. रूपिम ही प्रत्यक्ष भाषिक घटना नसून रूपिकान्तर हीच भाषिक घटना असते. कारण भाषेत उच्चारले जाते ते रूपिकान्तर असते, रुपिम नव्हे. रूपिकान्तरांच्या समूहाचा वर्ग म्हणजे रूपिम.

रुपिकान्तर - रूपिमाची अनेक रूपे म्हणजे रूपिकान्तर होय. उदा. माणूस या रूपिमाची माणूस, माणसे, माणसं ही रूपिकान्तरे होत. रूपिकान्तराला अभिव्यक्ती असते तर रूपिम ही मात्र अमूर्त वर्ग कल्पनाच होय. रूपिकेलाच

रूपिमाच्या संदर्भात रूपिकान्तर म्हणतात. रूपिका ही रूपिमनिरपेक्ष संकल्पना तर रूपिकान्तर ही रूपिमसापेक्ष संकल्पना होय.

प्रकार - रूपिमांचे आशयबोधक रूपिम आणि कार्यकर रूपिम असे दोन प्रकार मानले जातात. रूपिकान्तराचे स्वनिमाश्रयी व रूपिमाश्रयी रूपिकान्तरे असे दोन प्रकार मानले जातात याचे विवेचन पदिमविचारमध्ये केले आहेच.

❑

वाक्यविचार

ध्वनींपासून स्वनिम तयार होतात, स्वनिमांपासून पदिम तयार होतात आणि या पदिमांपासून वाक्ये तयार होतात. अशा विविध वाक्यांद्वारे आपण आपल्या मनातील आशय व्यक्त करतो. यातून भाषा सिद्ध होते. अशाप्रकारे ध्वनी⟶स्वनिम⟶पदिम⟶ वाक्य या क्रमाने भाषिक रचना तयार होते. म्हणून आधुनिक भाषाशास्त्रज्ञांनी भाषेचा वर्णनात्मक किंवा संरचनात्मक पद्धतीने विचार करून स्वनिमविचार, पदिमविचार व वाक्यविचार यांची मांडणी केली आहे.

वाक्यविचारात वाक्यातील पदिमांच्या द्वारे वाक्याची विशिष्ट क्रमाने रचना कशी केली जाते याची मीमांसा केलेली असते. या वाक्यविचारला 'वाक्यविन्यास' अशीही संज्ञा वापरली जाते. वाक्यविन्यास म्हणजे वाक्याच्या संरचनेचा अभ्यास होय. वाक्यामध्ये पदिमापासून शब्दबंध, शब्दबंधातून, उपवाक्य, उपवाक्यातून वाक्ये तयार केलेली असतात. त्यांच्या रचनांचा विचार वाक्यविन्यासात केलेला असतो.

वाक्यरचनेचे घटक

वाक्यामध्ये शब्दबंध, उपवाक्य हे घटक असतात. शब्दबंध, उपवाक्य आणि वाक्य यांनी भाषिक रचना बनत असते. हे सारे घटक सार्थ व विघटनक्षम असतात. पद हे सर्वात लहान भाषिक रूप त्यातून शब्दबंध तयार केले जातात. शब्द हे पदिमापेक्षा मोठे रूप आहे. त्यात कधी कधी एकापेक्षा अधिक पदे अथवा पदिम असल्याने तो रचना या प्रकारात मोडतो. शब्दाचे संघटक म्हणजे पदे अथवा पदिम हे होत. शब्द हाही वरच्या रचनेचा म्हणजे शब्दबंधाचा संघटक आहे. शब्दबंध हा उपवाक्याचा संघटक आहे. उपवाक्य हे वाक्याचा संघटक आहे, अशा तऱ्हेने पदाच्या वरच्या सर्व रचना खालील संघटकांच्या दृष्टीने रचना असून वरच्या रचनेच्या दृष्टीने संघटक असतात; पण वाक्य मात्र

रचना असले तरी ते दुसऱ्या कोणत्याही रचनेचे संघटक नाही. वाक्य ही उच्चारणातील सर्वात मोठी रचना आहे. वाक्यरचनेचे असे विविध घटक दाखवून वाक्यमीमांसा केली आहे.

वाक्य रचना आहे पण दुसऱ्या कोणत्याही रचनेचे संघटक नाही हा विचार अपूर्ण वाटतो कारण वाक्य हा भाषेचा संघटक असतो. वाक्यातील शब्द विशिष्ट क्रमाने एकमेकांशी संबधित असतात त्याप्रमाणे वाक्येही एकमेकांशी विशिष्ट क्रमाने जोडलेली असतात. वाक्यातील शब्दांचा क्रम बदलला तर वाक्य तयार झाले तरी अर्थप्रतीती होत नाही. भाषेमध्ये सुद्धा वाक्यांचा क्रम बदलला तर अर्थप्रतीती होऊ शकत नाही. उदा. 'व्याकरण विषय मुलांना अवघड वाटतो' या वाक्यात विशिष्ट क्रमाने शब्दरचना आली आहे. तीच रचना 'अवघड मुलांना विषय व्याकरण वाटतो' अशी केली तर अर्थप्रतीत होत नाही. भाषेतही वाक्यांचा क्रम असावा लागतो, नाही तर अर्थप्रतीती होणार नाही. उदा. 'व्याकरण विषय मुलांना अवघड वाटतो. शिक्षकांनी तो शिकविताना सोपा करून शिकवावा. त्यासाठी मुळात व्याकरणाची मूलतत्त्वे समजावून घ्यावीत.'' हा भाषिक आशय या वाक्यांचा क्रम बदलल्यास लक्षात येणार नाही. उदा. त्यासाठी व्याकरणाची मूलतत्त्वे समजावून घ्यावीत. शिक्षकांनी तो शिकविताना सोपा करून शिकवावा. व्याकरण विषय मुलांना अवघड वाटतो. याचा अर्थ येथे वाक्यांचा क्रम आवश्यक आहे. कारण जो आशय व्यक्त करायचा त्या आशयाची (भाषेची) ही वाक्ये संघटक आहेत. आजच्या नवसाहित्यातील काही कथा व कविता यांची भाषा दुर्बोध व आशयहीन वाटते याचे कारण त्यात भाषेची संघटकता नसते.

वाक्य : व्याख्या

वाक्य म्हणजे सार्थ शब्दसमूह, ज्यातून कोणता तरी आशय (विचार किंवा भावना) व्यक्त केलेला असतो. वाक्य म्हणजे केवळ शब्दांची व्याकरणिक रचना नव्हे तर आशय किंवा अर्थ व्यक्त करणारी रचना होय. उदा : 'रामाने रावणास मारले' हे वाक्य आहे पण 'राम धडा खातो' हे वाक्य नव्हे. म्हणून वाक्याची व्याख्या करताना श्री. मो. के. दामले यांनी म्हटले आहे.

''एक पूर्ण विचार भाषेत व्यक्त करणाऱ्या शब्दसमुच्चयास वाक्य म्हणतात.''

''वाक्य हे (साधारणपणे) संपूर्ण स्वतंत्र मानवी उच्चारण आहे. ते स्वतंत्रपणे राहू शकते किंवा तसे राहण्याचे त्याच्याजवळ सामर्थ्य आहे. म्हणजे केवळ त्याचाच उच्चार होऊ शकतो.''

- ऑटो येस्पर्सन

''उच्चारणातील दुसऱ्या कोणत्याही मोठ्या रचनेचा भाग नसलेली रचना (किंवा रूप) म्हणजे वाक्य.''

- ब्लूमफिल्ड

''रचनेमध्ये दुसऱ्या कोणत्याही मोठ्या व्याकरणिक रूपाचा भाग नसलेले व्याकरणिक रूप म्हणजे वाक्य.''

- हॉकेट

वरील व्याख्यांवरून स्पष्ट होते की वाक्य म्हणजे सार्थ शब्दसमूह. हे सार्थ शब्दसमूह परस्परांशी व्याकरणाच्या नियमांनी (कर्ता, कर्म, क्रियापद, लिंग, वचन, विभक्ती, काळ व अर्थ) बद्ध असतात. त्यातून वाक्याची रचना होते. असे वाक्य स्वतंत्र व अर्थपूर्ण असते. त्यातून पूर्ण विचार, आशय व्यक्त होतो. वाक्य भाषेचा घटक असते पण व्याकरणाच्या दृष्टीने घटक नसते म्हणून ब्लूमफिल्ड व हॉकेट यांनी दुसऱ्या व्याकरणिक रूपाचा भाग नसलेले हे एक लक्षण मानले आहे.

श्री. न. गजेंद्रगडकर यांनी या संदर्भात सांगितलेली लक्षणेही अर्थपूर्ण आहेत. त्यांच्या मते वाक्यलक्षणे अशी-

१) सार्थता - वाक्यामधील शब्द सार्थ हवेत.

२) सामर्थ्य - वाक्यातील निरनिराळ्या शब्दांच्या अर्थामध्ये विरोध, असंगती असता कामा नये. उदा. तो झाडाला धोंड्यानी पाणी घालतो. म्हणजे व्याकरणिक आणि अर्थसंबंधी अशा दोन्ही प्रकारची योग्यता वाक्यात हवी.

३) आकांक्षा - वाक्यातील शब्दांना एकमेकांबाबत काही तरी आकांक्षा असावयास हवी. वाक्याचा सुसंगत अर्थ त्यातील शब्दांवर अवलंबून असतो व त्यामुळे त्यातील काही शब्दांच्या अभावी तो प्राप्त होणार नाही. उदा. 'देवदत्त गावाला जातो' या वाक्यातील प्रत्येक शब्द अर्थाच्या दृष्टीने एकमेकांशी संबधित आहेत. 'देवदत्त' काय? तर 'जातो' कुठे जातो तर 'गावाला' अर्थाच्या दृष्टिकोनातून प्रत्येक शब्दाला दुसऱ्या सार्थ अन्वित शब्दाची अपेक्षा असते.

४) अन्विती - वाक्यातील शब्दांची व्याकरणाच्या दृष्टीने असलेली अनुरूपता म्हणजे अन्विती. याचा अर्थ वाक्यातील प्रत्येक शब्दाचे रूप त्या वाक्याच्या लिंग, वचन, पुरुष, विभक्ती, काळ, अर्थ यांच्यानुसार योग्य त्या प्रकारचे असावे लागते. उदा. मराठीत विशेषणाचे रूप विशेष्याच्या लिंग वचनाप्रमाणे असावे लागते. उदा. चांगला मुलगा, चांगली पुस्तके.

वाक्यरचना

वाक्यामध्ये विविध पदिम एकत्रित येतात. त्यांच्यात व्याकरणाच्या व अर्थाच्या

दृष्टीने संबंध असतात त्यामुळेच वाक्यात येणाऱ्या शब्दसमूहाला आशयाचे महत्त्व प्राप्त होते. म्हणून श्री. न. गजेंद्रगडकर यांनी म्हटले आहे, "...पदिमापासून सुरूवात करून क्रमश: पदिमानुक्रम व शब्दक्रम जेव्हा विशिष्ट व्यवस्थेनुसार वाक्यात वापरले जातात तेव्हाच वाक्य सार्थ होते. वाक्यात आढळणारी ही विशिष्ट व्यवस्था म्हणजे रचना. या रचनेचे वर्णन वाक्यविचार करते, रचनेमधील शब्दांचे परस्परसंबंध दाखविते... 'शब्दांचा (पदिमांचा) सार्थ समूह' अशी रचनेची व्याख्या केली जाते" तर डॉ. कल्याण काळे यांच्या मते, "...रुपिम हे सर्वात लहान रूप असून वाक्य हे सर्वात मोठे रूप आहे. या दोन टोकांमध्ये शब्द अथवा पद, शब्दबंध अथवा पदबंध ही भाषिक रूपे येतात. या रुपांमध्ये रूपिम हा विघटनक्षम नाही. त्याचे ध्वनींमध्ये विघटन होऊ शकेल, पण ते सार्थ नसल्यामुळे व्याकरणाच्या कक्षेबाहेरचे आहे... रूपिमापासून पुढची रूपे मात्र विघटनक्षम आहेत. वाक्याचे विघटन पदबंधात होते, पदबंधाचे विघटन शब्दांत होते आणि शब्दांचे रूपिमात होते. अशा विघटनक्षम रूपांना रचना (Construction) असे म्हणतात." वाक्य व त्याची रचना यांचे स्वरूप यातून व्यक्त होते.

वाक्यरचनेचे घटक

पद, पदिम अथवा रूप, रूपिम यांची रूपे विघटनक्षम असत नाहीत. त्यांचे स्वनिमदृष्ट्या विघटन होते. अर्थदृष्ट्या नाही. म्हणून वाक्यरचनेत त्याचा विचार करण्याची गरज नाही. वाक्याचे विघटन पदबंधात होते, पदबंधाचे विघटन शब्दांत होते आणि शब्दांचे पदिमात-रूपिमात होते. अशा विघटनक्षम रूपांना रचना असे म्हणतात आणि पदिम, शब्द पदबंध हे वाक्यरचनेचे घटक होतात. ते केवळ घटक नसतात तर 'संघटक' असतात. संघटक म्हणजे रचनेच्या दृष्टीने परस्परांशी संबंध असलेले घटक. या अर्थाने संघटक शब्द वापरला जातो. वाक्य म्हणजे संघटक रचना होय. हे संघटक दोन प्रकारचे असतात- १) प्रथमोपस्थित संघटक २) अंतिम संघटक ३) अतिरिक्त संघटक.

प्रथमोपस्थित संघटक व अंतिम संघटक

कोणत्याही रचनेचे पहिल्या टप्प्याला जे संघटक होतात ते तिचे प्रथमोपस्थित संघटक किंवा अव्यहित संघटक होत. प्रथमोपस्थित संघटक म्हणजे त्या रचनेला प्रत्यक्षपणे जबाबदार असलेले संघटक होत. संघटक रचना या स्वरुपाचे असतील त्यांचेही संघटक दाखवावे लागतात. ज्या संघटकांचे पुढे विश्लेषण किंवा विघटन शक्य नसते ते त्या रचनेचे अंतिम संघटक होत. उदाहरणार्थ-

त्या घरातील सर्वात जास्त शिकलेला मुलगा हुषार आहे.

या वाक्यातील प्रथमोपस्थित घटक असे-

त्या घरातील सर्वांत जास्त शिकलेला मुलगा हुषार आहे.

या वाक्यातील अंतिम घटक असे-

(तो) (घर, त, ईल) (सर्वांत) (जास्त) त्या घरातील सर्वांत जास्त

(शिक, लेल, आ) (मुलग, आ) (हुषार) (अस, हे) शिकलेला मुलगा हुषार आहे

असे संघटक दाखविताना पदबंधातील पदांचा काळजीपूर्वक विचार करावा लागतो. कोणत्या पदाचा कोणत्या पदाशी संबंध आहे हे पाहावे लागते. उदा. 'भांडखोरपणा' हो शब्दबंध घेऊ. यात भांड + खोर + पणा असे तीन संघटक आहेत पण त्यांची रचना कशी झाली आहे तर प्रथम 'भांड + खोर' हे दोन संघटक एकत्रित आले आहेत आणि नंतर 'भांडखोर' या संयुक्तरूपाला 'पणा' हा संघटक जोडला गेला आहे. म्हणून 'भांडखोर + पणा' अशी रचना झालेली आहे. येथे 'भांड+ खोरपणा' अशी रचना झालेली नाही. भांड, खोर, पणा ही स्वतंत्र पदे आहेत. त्यांना स्वतंत्र अर्थ आहे पण 'खोरपणा' याला कसलाच अर्थ नाही.

या संदर्भात संदिग्ध रचनेचाही विचार करणे आवश्यक आहे. 'स्थूलसरदार पत्नी' या शब्दबंधाचे संघटक दोन पद्धतीने शोधावे लागतात- १) स्थूल + सरदारपत्नी (स्थूल असलेली सरदारपत्नी असा अर्थ) किंवा २) स्थूलसरदार + पत्नी (स्थूल असलेल्या सरदाराची पत्नी असा अर्थ) येथे 'स्थूल' हे विशेषण सरदाराचे की पत्नीचे हे वाक्याच्या संदर्भानुसार शोधावे लागते. अन्यथा अर्थामध्ये, आशयामध्ये संदिग्धता राहते. आणखी एक उदाहरण पाहू. 'मी त्याला पळताना पाहिले' या वाक्यातील घटक आपल्याला दोन पद्धतीने शोधता येतील. ते असे-

मी/त्याला पळताना पाहिले.

मी पळताना/त्याला पाहिले.

पहिल्या वाक्यात पळणारा 'तो' आहे तर दुसऱ्या वाक्यात पळणारा 'मी' आहे.

प्रथमोपस्थित संघटक शोधण्याच्या या पद्धतीमुळे संघटकांचे परस्परसंबंध कळतात, संघटकांचे रचनेतील स्थान अथवा महत्त्वही कळते, वाक्यातील अथवा रचनेतील संदिग्धता दूर होते.

रचनेचे संघटक शोधताना आपल्याला रचनेचे योग्य ते छेद पाडावे लागतात, त्यासाठी पुढील गोष्टी लक्षात घ्याव्या लागतात-

१) रचनेचे आपण जे छेद करू ते सार्थ असले पाहिजेत. 'अस्वाभाविक' या सामासिक शब्दाचे 'अस्वा' आणि 'भाविक' असे छेद पाडल्यास चुकीचे ठरेल. कारण त्यातील 'अस्वा' या छेदाला काहीच अर्थ नाही.

२) त्या छेदाचे अर्थ मूळ रचनेशी सुसंगत असले पाहिजेत. वरील उदाहरणात 'भाविक' शब्दाला काहीतरी अर्थ आहे परंतु 'अस्वा' शब्दाला अर्थ नाही. काही वेळा छेद सार्थ असले तरी वक्त्याच्या अभिप्रायाशी, आशयाशी सुसंगत असले पाहिजेत.

उदा- सभागृहात धुम्रपान करू। नये

सभागृहात धुम्रपान करुन। ये

येथे कोणते छेद योग्य ते वक्त्याच्या अभिप्रायावरून ठरवावे लागते.

३) छेदाने दाखविलेल्या संघटकांच्या जागी दुसऱ्या प्रतिस्थापनक्षम अशा लहान रचना वापरता आल्या पाहिजेत. उदा. 'अस्वाभाविक' शब्दाचे 'अ + स्वाभाविक' असे संघटक होतात. यातील 'अ' संघटकापासून 'असत्य' 'अन्याय' असे शब्द तयार होऊ शकतात.

४) संघटकाचा जो रूपवर्ग असेल त्याच रुपवर्गातील शब्द प्रतिपादनक्षम म्हणून येईल. नामबंधाच्या ठिकाणी नामबंध क्रियापदबंधाच्या ठिकाणी क्रियापदबंधच येईल.

उदा- अमित। उच्च शिक्षण घेत आहे

मोठा मुलगा किरण। विलायतला जातो

५) प्रत्येक संघटक स्वत:पुरता स्वतंत्र आणि एकसंध असला पाहिजे म्हणजे एका संघटकाची जागा जर बदलायची झाली तर तो सबंधच्या सबंध हलवावा लागतो, त्याचा अंशच घेऊन चालणार नाही. उदा. 'वर्गात पहिला येणाऱ्या मुलाला। हे बक्षीस। मिळेल' या वाक्यातील संघटकाचा क्रम बदलायचा झाल्यास 'हे बक्षीस। वर्गात पहिला येणाऱ्या मुलाला मिळेल' असा संपूर्ण संघटक उचलून बदलावा लागेल.

अतिरिक्त संघटक

काही संघटक अतिरिक्त असतात. त्यापैकी एक संघटक म्हणजे शब्दांचा क्रम होय. 'स्थूल सरदाराची पत्नी' आणि 'सरदाराची स्थूल पत्नी' या दोन शब्दबंधात संघटक तेच असले तरी त्यांचा क्रम बदलल्याने अर्थभेद निर्माण होतो. 'रामाने काम केले' हे वाक्य शब्दक्रम बदलून 'काम रामाने केले, असे म्हटल्यास अर्थभेद होत नसला तरी अशी वाक्यरचना मराठी भाषेच्या संकेताच्या विरुद्ध ठरते. याचाच अर्थ शब्दक्रम हा सुद्धा वाक्याचा स्वतंत्र संघटक मानावा लागतो.

दुसरा अतिरिक्त संघटक म्हणजे सीमासंधी लिखित रुपापेक्षा बोली रूपामध्ये हा महत्त्वाचा असतो. 'वृद्ध पुरुष आणि स्त्रिया' या शब्दबंधाच्या लिखित रूपामध्ये संदिग्धता आढळते पण बोलीमध्ये विशिष्ट प्रकारे उच्चार करुन ती संदिग्धता नाहिशी करता येते. कारण जर पुरुष आणि स्त्रिया दोन्ही वृद्ध असतील तर

बोलणारा 'वृद्ध शब्दानंतर थोडासा थांबेल आणि नंतर 'पुरुष आणि स्त्रिया' हा शब्दबंध उच्चारील. याउलट फक्त पुरुषच वृद्ध आहेत असा आशय अभिप्रेत असेल तर तो 'वृद्ध पुरुष' या शब्दबंधाच्या उच्चारानंतर थोडासा थांबेल आणि नंतर बाकीचे शब्द उच्चारील. उच्चारणाचे कोणते सीमासंधी आपण ठरवतो त्यावर त्या उच्चारणाचा अर्थ अवलंबून असतो म्हणून 'सीमासंधी' हा वाक्यातील आणखी एक संघटक मानला पाहिजे.

रचनेचे स्तर

वाक्यरचनेचा पहिला स्तर म्हणजे पदांची रूपे. त्याला संघटक म्हणतात. पदाचे रूप म्हणजे पदिम. या पदिमापासून शब्द तयार होतात, शब्दापासून शब्दबंध, शब्दबंधापासून उपवाक्य आणि शेवटी वाक्यरूप बनते. वाक्यरचनेचे हे स्तर होत.

संघटकाचा विचार करताना आपण पदिमांचे परस्परसंबंध व वाक्यरचनेतील त्यांचे स्थान पाहिले. शब्दांच्या वरची रचना म्हणजे शब्दबंध होय. 'टेबला वरचा पंखा' हा शब्दबंध होय, पण केवल शब्दसमूह म्हणजे शब्दबंध नव्हे तर ज्या शब्दसमूहातील शब्दांचा परस्परांशी अर्थ व रचना या दृष्टीने संबंध असतो. शब्दबंधात शब्दांची एक सुसंगत रचना अभिप्रेत असते. शब्दाप्रमाणे शब्दबंधालाही एक अंतर्गत स्थैर्य असते.

शब्दबंधाच्या पुढची रचना म्हणजे उपवाक्य होय. उपवाक्य आणि वाक्य यात रूपदृष्ट्या फारसा फरक नाही कारण काहीवेळा एकच वाक्य असते तर काहीवेळा एका वाक्यातच दोन वाक्ये येतात. उदा. ''त्याने चांगला अभ्यास केला. तो चांगल्या गुणांनी उत्तीर्ण झाला'' येथे दोन स्वतंत्र वाक्ये आहेत. तर हीच वाक्ये दुसऱ्या एका पद्धतीने वापरली जातात. उदा. ''तो चांगल्या गुणांनी उत्तीर्ण झाला कारण त्याने चांगला अभ्यास केला.'' मूळात स्वतंत्र असणारी दोन वाक्ये कोणत्यातरी अव्ययांनी जोडली जातात, तेव्हा एक वाक्य मुख्य असते तर दुसरे गौण. हे गौणवाक्य उपवाक्य असते. वरील वाक्यात ''तो चांगल्या गुणांनी उत्तीर्ण झाला'' हे मुख्य वाक्य असून त्याचे कारण ''त्याने चांगला अभ्यास केला'' या वाक्यातून स्पष्ट केले आहे. येथे आपणास ''तो चांगल्या गुणांनी उत्तीर्ण झाला'' हा महत्त्वाचा आशय अभिप्रेत आहे आणि त्याचे स्पष्टीकरण ''कारण त्याने चांगला अभ्यास केला'' या वाक्यातून केले आहे. याचा अर्थ ''वाक्य जेव्हा स्वतंत्रपणे न येता दुसऱ्या मोठ्या वाक्याचा संघटक म्हणून येते तेव्हा त्याला उपवाक्य म्हणतात. काही वेळा दोन्ही उपवाक्ये संरचनात्मक दृष्ट्या स्वंयपूर्ण असतात. पण संदर्भाने बांधलेली असल्यामुळे त्यांना उपवाक्ये म्हणावे लागते. उपवाक्ये ही बऱ्याच वेळेला आणि, किंवा, पण,

परंतु, की, कारण की, म्हणून जेव्हा, तेव्हा अशा उभयान्वयी अव्ययांनी-संयोजक शब्दांनी-जोडली जातात.

वाक्याचे केवल वाक्य, मिश्र वाक्य आणि संयुक्त वाक्य असे तीन प्रकार होतात. एकच उद्देश (कर्ता) व एकच विधेय (क्रियापद) असते तेव्हा ते केवल वाक्य असते. उदा. "रामाने रावणाला मारले" केवल वाक्यात दुसरे संघटक नसतात. मिश्र वाक्यात एक उपवाक्य असते आणि त्याच्या जोडीला एक किंवा अनेक गौण उपवाक्ये आलेली असतात. उदा. "रामाने प्रतिज्ञा केली की मी रावणाला मारीनच" येथे 'रामाने प्रतिज्ञा केली' हे मुख्य वाक्य असून "मी रावणाला मारीन" हे गौण वाक्य आहे. ही गौण वाक्ये नामवाक्य, विशेषणवाक्य व क्रियाविशेषणवाक्य अशा स्वरूपाची असतात. (संदर्भासाठी मो. के. दामले यांचे शास्त्रीय व्याकरण हे पुस्तक पाहावे) संयुक्त वाक्यात सर्व उपवाक्यांचा दर्जा सारखाच असतो. ती वाक्ये समुच्चयबोधक (आणि, व, आणखी), विकल्पबोधक (किंवा, अथवा, अगर); न्यूनत्वबोधक (पण, परंतु), परिणामबोधक (म्हणून, कारण); या उभयान्वयी अव्ययांनी जोडली जातात. (या संदर्भात याच पुस्तकातील प्रकरण ९, पाहावे)

वाक्याचे पृथक्करण

पारंपरिक व्याकरणातील वाक्यपृथक्करण आणि नव्या व्याकरणातील प्रथमोपस्थित संघटक पद्धतीने केलेले वाक्यपृथक्करण यात तसा फरक नाही. वाक्यांचे प्रथमोपस्थित संघटक म्हणजे वाक्यातील उद्देश्य आणि विधेय होत. उद्देश्याचे प्रथमोपस्थित संघटक म्हणजे मूल उद्देश्य आणि उद्देश्यविस्तार प्रथमोपस्थित संघटक म्हणजे मूळ विधेय (क्रियापद) आणि विधेयविस्तार होत.

वाक्यपृथक्करण वाक्याचेच होते. परंतु मराठीत काही वाक्ये अशी असतात की त्यांचा आशय वाक्याचा असतो पण रचना मात्र वाक्याची नसते. अशा वाक्यांना संरचना नसते. त्यांचे पृथक्करण होऊ शकत नाही. उदा:- "तू गावाला जाशील का?"

"हो"

येथे "मी गावाला जाईन" असा आशय आहे, परंतु रचना मात्र "हो" या एका शब्दाची आहे. अशा वाक्यांचे पृथक्करण करता येत नाही, कारण या रचनेत उद्देश्य हा घटक नाही. केवळ विधेयावरच वाक्य पूर्ण होते.

पूर्ण अर्थपूर्ण व संदर्भरहित वाक्य म्हणजे ज्यात उद्देश्य व विधेय हे घटक आहेत. अशाच वाक्यांचे पृथक्करण करता येते.

वाक्याचे पृथक्करण करताना उद्देश्य व विधेय हे घटक विचारात घ्यावे

लागतात. उद्देश्य म्हणजे कर्ता. कर्ता म्हणजे क्रिया करणारा आणि विधेय म्हणजे क्रियापद. वाक्यातील इतर शब्द उद्देश्य व विधेय यांच्या विस्तारासाठी-स्पष्टीकरणासाठी-आलेले असतात म्हणून त्यांना उद्देश्यविस्तार आणि विधेयविस्तार असे म्हणतात.

वाक्यातील शब्दरचनेचे स्वरूप

वाक्यात अनेक शब्द असतात. त्या शब्दांची वेगवेगळ्या स्तरावरून रूपे वापरली जातात. वाक्यरचनेतील शब्दांची रूपे, कर्ता, कर्म, क्रियापद, विभक्ती, आख्यात (काळ व अर्थ), लिंग, वचन, पुरुष, विभक्ती यांच्या आधारे वापरली जातात.

उद्देश्य-कर्ता

वाक्यातील महत्त्वाचा घटक म्हणजे कर्ता. कारण कर्त्याशिवाय क्रियाच संभवत नाही. मराठीत तो दोन प्रकारचा असतो. प्रत्यक्ष आणि अप्रत्यक्ष. प्रत्यक्ष कर्ता हा वाक्यातील क्रियेला प्रत्यक्षपणे जबाबदार असतो. उदा:-

मुलगा अभ्यास करतो.

त्याने अभ्यास केला.

हा कर्ता कधी नाम असेल तर कधी सर्वनाम तो प्रत्ययरहित असेल किंवा प्रत्ययसहित असेल.

जेव्हा कर्ता क्रियेला प्रत्यक्षपणे जबाबदार नसतो. क्रिया त्याच्या ठिकाणी घडत असते त्यावेळी त्याला अप्रत्यक्ष कर्ता म्हणतात. उदा:- १) अमितला आंबे आवडतात.

२) त्याला दूध पाहिजे.

वाक्यात उद्देश्य नेहमी एकेरी शब्दाच्याच रुपाने येतो असे नव्हे. कधी कधी उद्देश्यवाचक शब्दाच्या जोडीला एक किंवा अनेक शब्द येतात. ते उद्देश्यवाचक कर्त्यासंबंधी कोणती तरी माहिती सांगतात त्यास उद्देश्यविस्तारक म्हणतात. उद्देश्य विस्तारक म्हणजे उद्देश्यवाचक शब्दाचे विशेषण अथवा विशेषणबंध होय. उदा.

१) शहाणा मुलगा रडत नसतो.

२) लाल रंगाची साडी नेसलेली ती बाई

माझ्या मित्राची बायको आहे.

विधेय - क्रियापद

वाक्यातील दुसरा भाग म्हणजे विधेय. त्याचा मुख्य संघटक म्हणजे क्रियापद अथवा क्रियापदबंध होय. तेही निरनिराळ्या रूपात आढळते.

उदा.-

एकेरी क्रियापद - पोस्टमन आला.

संयुक्त क्रियापद - तो सायकल चालवतो आहे.

संयुक्त क्रियापदात एक क्रियापद मुख्य क्रियेचे वाचक असून दुसरे क्रियापद सहायक असते. वरील वाक्यात 'चालवतो' मुख्य क्रियापद असून 'आहे' सहायक क्रियापद आहे. मुख्य क्रियापद कृदन्तात असून सहायक क्रियापद आख्यात रूपात म्हणजे काळ, अर्थ, लिंग, वचन, पुरुष यांचे प्रत्यय लागून बनलेले असते.

केवळ उद्देश्य आणि विधेय यांनी विधान पूर्ण होत नाही. त्यासाठी इतरही शब्द वाक्यात येतात. त्यातला एक प्रमुख गट विधेयविस्तारक म्हणून येत असतो. विधेयविस्तारक म्हणजे क्रियाविशेषण किंवा क्रियाविशेषणबंध होय. 'तो मोठ्याने बोलतो' 'ती काल संध्याकाळी नदीकाठी भेटण्यास आली' या वाक्यातील 'मोठ्याने' 'ती काल संध्याकाळी नदीकाठी' हे शब्द विधेयविस्तारके होत.

विधेयविस्तारकांच्या जोडीला इतर आणखी शब्दांची वाक्याच्या अर्थपूर्तीसाठी गरज असते. असे शब्द म्हणजे विधेयपूरके होत. मराठीत तीन प्रकारची विधेयपूरके आढळतात- १) आधारपूरक २) कर्मपूरक ३) विधिपूरक

'तो मुंबईला गेला' नदी समुद्राला मिळते' या वाक्यातील 'मुंबईला' 'समुद्राला' हे शब्द आधारपूरके होत. त्यांच्या द्वारे क्रियेचा आधार स्पष्ट होतो. साधारणपणे गतिवाचक क्रियापदांच्या अर्थपूरणासाठी येणारे शब्द या प्रकारचे असतात.

कर्म

विधेयपूरकाचा दुसरा प्रकार म्हणजे कर्मपूरकाचा. काही क्रियापदे अकर्मक असतात तर काही सकर्मक. सकर्मक क्रियापदांना कर्मांची आवश्यकता असते. क्रिया ज्याच्यावर घडते ते कर्म अशी कर्माची पारंपरिक व्याख्या आहे. 'काय' आणि 'कुणाला' हे प्रश्न क्रियापदास विचारले असता येणारा उत्तरात्मक शब्द म्हणजे कर्म होय. मराठीत दोन प्रकारची कर्मे आढळतात- १) प्रत्यक्ष कर्म २) अप्रत्यक्ष कर्म. प्रत्यक्ष कर्म म्हणजे क्रिया ज्यावर घडते तो शब्द. उदा. 'अमित आंबा खातो' या वाक्यात 'आंबा' प्रत्यक्ष कर्म आहे. प्रत्यक्ष कर्म प्रत्ययरहित असते. अप्रत्यक्ष कर्म म्हणजे क्रिया ज्याच्यासाठी किंवा ज्या उद्देशाने घडते ते दर्शविणारा शब्द. उदा. ''डॉक्टर रोग्याला तपासतात'' या वाक्यात 'रोग्याला' हा शब्द अप्रत्यक्ष कर्म आहे. अप्रत्यक्ष कर्माला 'ला' 'ना' यासारखे प्रत्यय लागलेले असतात. डॉ. कल्याण काळे यांच्या मते, 'काय' प्रश्नाने जे कर्म मिळते त्याला प्रत्यक्ष कर्म म्हणतात. तर 'कुणाला' प्रश्नाने मिळणाऱ्या कर्माला अप्रत्यक्ष कर्म म्हणतात.''

काहीवेळा वाक्यात प्रत्यक्ष व अप्रत्यक्ष दोन्ही कर्मे असतात. उदा. "आजोबांनी नातीला गोष्ट सांगितली" या वाक्यात 'नातीला' अप्रत्यक्ष कर्म आणि 'गोष्ट' प्रत्यक्ष कर्म होय.

डॉ. कल्याण काळे यांनी प्रत्यक्ष व अप्रत्यक्ष कर्म असे जे कर्माचे दोन प्रकार मानले आहेत ते मराठी व्याकरणाच्या दृष्टीने कितपत शास्त्रीय ठरतील याबद्दल शंका वाटते. वाक्यामध्ये ज्याप्रमाणे एकच कर्ता असतो त्याप्रमाणे कर्मही एकच असते. 'आईने मुलाला गोष्ट सांगितली' 'रामाने रावणाला मारले' यातील 'मुलाला' 'रावणाला' हे विभक्तीप्रत्यय लागलेले शब्द अप्रत्यक्ष कर्म होत असे त्यांचे म्हणणे आहे. 'रावणाला' हा शब्द कर्म आहे कारण मारण्याची क्रिया रावणावर झाली आहे. तेथील 'ला' प्रत्यय द्वितीयेचा आहे. 'मुलाला' या शब्दाला लागलेला 'ला' प्रत्यय चतुर्थीचा आहे. क्रियेचा रोख किंवा दिशा असा त्याचा संप्रदानार्थी अर्थ असल्याने अशा शब्दांना कर्म म्हणणे कितपत योग्य ठरेल याबद्दल शंका वाटते.

कर्मपूरकाप्रमाणे विधेयपूरकाचा तिसरा प्रकार म्हणजे विधिपूरकाचा. 'आहे, बन' अशा अस्तित्ववाचक आणि 'हो, बन' अशा स्थित्यंतवाचक क्रियापदांच्या अर्थपूरणासाठी त्यांचा उपयोग होतो. उदा. 'तो मोठा पुढारी आहे' 'तो मंत्री झाला' या वाक्यातील 'मोठा पुढारी' 'मंत्री' हे शद्ब विधिपूरक आहेत. विधिपूरक म्हणजे कर्त्याचे ते एक भिन्न रूप अथवा स्थित्यंतर असते.

मराठीतील वाक्यपृथक्करण स्थूलमानाने पुढील प्रकारे केले जाते.

वाक्य

उद्देश्य			विधेय
उद्देश्य विस्तार	उद्देशवाचक (कर्ता)	विधेयवाचक (क्रियापद)	विधेयविस्तारक (क्रियाविशेषण)
विधेयपूरक			आधारपूरक, कर्मपूरक विधिपूरक

वाक्यरचनेचे इतर घटक

कर्ता, कर्म व क्रियापद हे वाक्यरचनेचे प्रमुख घटक आहेत. त्यांच्या संदर्भात येणारे शब्द असतात. त्यांचा विचार उद्देश्य व विधेय या घटकात केला आहेच.

याशिवाय लिंग, वचन, पुरुष, काळ व अर्थ हेही वाक्यरचनेच्या घटकांवर परिणाम करणारे घटक असल्याने वाक्यविचारात त्यांचाही विचार करावा लागतो.

लिंगाप्रमाणे विशेषणाचे व क्रियापदाचे रूप बनते. वचनाप्रमाणेही विशषणाचे व क्रियापदाचे रूप बनते. भूतकाळ, वर्तमानकाळ व भविष्यकाळ यांच्याप्रमाणे क्रियापदाची भिन्नभिन्न रूपे बनतात. आज्ञार्थ, विध्यर्थ व संकेतार्थ या अर्थांची क्रियापदरूपेही भिन्न असतात. त्यांचा विचार लिंग, वचन, सर्वनाम, आख्यात या प्रकरणात केला आहे, तो पाहावा.

आधुनिक भाषाशास्त्राचा हा वाक्यविन्यासाचा विचार लिखित भाषेपेक्षा प्रत्यक्षात बोलल्या जाणाऱ्या मौखिक भाषेच्या आधारे आहे, हे यावरून स्पष्ट होईल.

❑

संदर्भ ग्रंथ

१. शास्त्रीय मराठी व्याकरण (आवृत्ती तिसरी)
— मो. के. दामले (संपादक प्रा. भीमराव कुलकर्णी)

२. आधुनिक मराठीचे उच्चतर व्याकरण (प्रथम आवृत्ती)
— म. पां. सबनीस

३. मराठी व्याकरणावर निबंध (द्वितीय आवृत्ती)
— कृष्णशास्त्री चिपळूणकर

४. मराठी व्याकरणाचे व्याकरण (प्रथम आवृत्ती)
— कृ पां. कुलकर्णी, संपादक - डॉ. ग. मो. पाटील

५. मराठी व्याकरणाची मूलतत्त्वे (प्रथमावृत्ती)
— ग. ह. केळकर

६. मराठी व्याकरणाचा पुनर्विचार (प्रथमावृत्ती)
— प्रा. अरविंद मंगरूळकर

७. मराठीचे व्याकरण (प्रथमावृत्ती)
— डॉ. लीला गोविलकर

८. मराठी व्याकरण : काही समस्या (प्रथम आवृत्ती)
— प्रा. प्र. ना. दीक्षित

संदर्भ सूची

१. शास्त्रीय मराठी व्याकरण (प्रथम आवृत्ती)
— मो. के. दामले (संपादक प्रा. भीमराव कुलकर्णी)

२. आधुनिक मराठीचे उच्चतर व्याकरण (प्रथम आवृत्ती)
— म. पां. सबनीस

३. मराठी व्याकरणावर निबंध (द्वितीय आवृत्ती)
— कृष्णशास्त्री चिपळूणकर

४. मराठी व्याकरणाचे व्याकरण (प्रथम आवृत्ती)
— कृ. पां. कुलकर्णी

५. मराठी व्याकरणाचा पुनर्विचार (प्रथमावृत्ती)
— प्रा. अरविंद मंगरूळकर

६. मराठी व्याकरणाची मूलतत्त्वे (प्रथम आवृत्ती)
— ग. ह. केळकर

७. मराठीचे व्याकरण (प्रथमावृत्ती)
— डॉ. लीला गोविलकर

८. मराठी व्याकरण : काही समस्या (प्रथम आवृत्ती)
— प्रा. प्र. ना. दीक्षित

९. भाषा व भाषाशास्त्र (प्रथम आवृत्ती)
— श्री. न. गजेंद्रगडकर

१०. मराठीचा भाषिक अभ्यास (प्रथम आवृत्ती)
— संपादक - मु.श्री. रानडे

११. वर्णनात्मक भाषाविज्ञान स्वरूप आणि पद्धती (प्रथम आवृत्ती)
— संपादक - डॉ. कल्याण काळे, डॉ. अंजली सोमण